INSIGHT PUBLICA

INSIGHT PUBLICA®

Kozhikode, Kerala,India 673011
www.insightpublica.com
e-mail: insightpublica@gmail.com

Enmakaje Gramathilekku

(Travelogue-Malayalam)

Ambikasutan Mangad

Photography: **Madhuraj**

First Edition: October 2021

ISBN 978-93-5517-035-4

Layout: KJVJ

Printed and Published by
Insightinpublica Printers & Publishers Pvt. Ltd.

എൻമകജെ ഗ്രാമത്തിലേക്ക്

അംബികാസുതൻ മാങ്ങാട്

അവതാരിക: കെ.ജി.എസ്.

ചിത്രങ്ങൾ: മധുരാജ്

INSIGHT PUBLICA®

കാസർകോട് ജില്ലയിലെ ബാര ഗ്രാമത്തിൽ ജനനം. ജന്തുശാസ്ത്രത്തിൽ ബിരുദം. മലയാളത്തിൽ എം.എ., എം.ഫിൽ ബിരുദങ്ങൾ റാങ്കുകളോടെ നേടി. കഥയിലെ കാലസങ്കല്പം എന്ന വിഷയത്തിൽ ഡോക്ടറേറ്റ്. 1987 മുതൽ കാഞ്ഞങ്ങാട് നെഹ്റു കോളേജിലെ അധ്യാപകൻ. 2019 ൽ വിരമിച്ചു. കാരൂർ, ഇടശ്ശേരി, ചെറുകാട്, അബുദാബി ശക്തി, കോവിലൻ, മലയാറ്റൂർ പ്രൈസ്, കേളി തുടങ്ങി 27 അവാർഡുകൾ നേടി. 'കയ്യൊപ്പ്' എന്ന സിനിമയ്ക്ക് തിരക്കഥ എഴുതി. 'പൊലിയന്ദ്രം' എന്ന ഡോക്യുമെന്ററി സംവിധാനം ചെയ്തു. 'കൊമേർഷ്യൽ ബ്രെയ്ക്കി'ന് മികച്ച ചെറുകഥയ്ക്കുള്ള കേരള സർക്കാരിന്റെ ടെലിവിഷൻ അവാർഡ് 2002-ൽ ലഭിച്ചു. കേരളത്തിലെ മികച്ച കോളേജ് അധ്യാപകനുള്ള അവാർഡ് രണ്ടു തവണ ലഭിച്ചു. നെഹ്റു കോളേജിൽ സാഹിത്യവേദി തുടങ്ങി. 33 വർഷം സാഹിത്യവേദിയുടെ പ്രസിഡന്റായിരുന്നു. എൻഡോസൾഫാൻ ഭവനപദ്ധതിക്ക് നേതൃത്വം നൽകി. രണ്ടു ദശകക്കാലമായി എൻഡോസൾഫാൻ വിരുദ്ധ സമരനേതൃത്വത്തിൽ പ്രവർത്തിക്കുന്നു.

'സാധാരണ വേഷങ്ങൾ' ആദ്യ പുസ്തകം. 23 ചെറുകഥാ സമാഹാരങ്ങളും മൂന്ന് നോവലുകളും, നാല് നിരൂപണഗ്രന്ഥങ്ങളും എഴുതി. മലയാളത്തിലെ പരിസ്ഥിതി കഥകൾ, മലയാളത്തിലെ തെയ്യം കഥകൾ, ആദ്യ നാട്ടു ഭാഷാനിഘണ്ടുവായ 'പൊഞ്ഞാറ്', ആദ്യ കാമ്പസ് നോവൽ 'ജീവിതത്തിന്റെ ഉപമ', വയനാട്ട് കുലവൻ തുടങ്ങി ഇരുപതോളം ശ്രദ്ധേയമായ പുസ്തകങ്ങളുടെ എഡിറ്റർ. കഥകൾ ഇംഗ്ലീഷിലും ഇന്ത്യൻ ഭാഷകളിലും വിവർത്തനം ചെയ്തിട്ടുണ്ട്. 'എൻമകജെ' നോവൽ ഇംഗ്ലീഷ് ഉൾപ്പടെ നാല് ഭാഷകളിൽ വിവർത്തനം ചെയ്തു. 'മരക്കാപ്പിലെ തെയ്യങ്ങൾ' ആദ്യ നോവൽ. സ്കൂളുകളിലും വിവിധ യൂണിവേഴ്സിറ്റികളിലും കഥകളും, നോവലുകളും പാഠപുസ്തകങ്ങളാണ്. 'ആഖ്യാനവും ചില സ്ത്രീകളും' എന്ന പുസ്തകം ആത്മകഥാ കുറിപ്പുകളാണ്. 'എൻഡോസൾഫാൻ നിലവിളികൾ അവസാനിക്കുന്നില്ല' 50-മത്തെ പുസ്തകമാണ്. 'മാക്കം എന്ന പെൺ തെയ്യം', (നോവൽ), 'ചിന്നമുണ്ടി', 'മൊട്ടാമ്പുളി', (കഥകൾ), 'യോക്കോസോ-ജപ്പാൻ വിശേഷങ്ങൾ, (യാത്രാവിവരണം) എന്നിവ പുതിയ പുസ്തകങ്ങൾ

ഭാര്യ: രഞ്ജിനി പി. മക്കൾ: മാളവിക, ശിവൻ.

വിലാസം: 'നന്ദകം', കാഞ്ഞങ്ങാട് സൗത്ത് പോസ്റ്റ്, കാസർകോട്,

ഫോൺ: 9446270627,

ഇ-മെയിൽ: ambikasutanmangad@gmail.com

ഡോ. അംബികാസുതൻ മാങ്ങാട്

ആമുഖം

അംബികാസുതൻ മാങ്ങാട്

'എൻമകജെ' നോവൽ ഭാവനയാണോ എന്ന ചോദ്യം പലരും ചോദിച്ചിട്ടുണ്ട്. ഞാനപ്പോഴൊക്കെ പറഞ്ഞത്, ഭാവന അവസാനിക്കുന്ന സ്ഥലത്തത് നിന്നാണ് 'എൻമകജെ' തുടങ്ങുന്നത് എന്നാണ്. ഒരുപക്ഷേ, ഭാവനയെക്കാളും വിചിത്രമായ, ഭയാനകമായ പച്ചയാഥാർത്ഥ്യങ്ങളാണ് നോവലിൽ ആഖ്യാനിക്കാൻ ശ്രമിച്ചത്. ഉള്ളിലുയർന്ന നിലവിളിയുടെ നൂറിലൊന്ന് പോലും പകർത്താനായില്ലെങ്കിലും.

എൻഡോസൾഫാനെതിരായ ജനകീയ സമരങ്ങൾക്ക് ശക്തി പകരുക എന്ന ലക്ഷ്യത്തോടെ രചിച്ച ഈ നോവൽ 2009-ലാണ് ഡി.സി. ബുക്സ് പ്രസിദ്ധീകരിക്കുന്നത്. ഒരു ദശകമാകുമ്പോഴേക്കും 21 പതിപ്പുകൾ വന്നു. ഇംഗ്ലീഷുൾപ്പടെ നാല് ഭാഷകളിൽ മൊഴിമാറ്റം ചെയ്യപ്പെട്ടു. എട്ടോളം യൂണിവേർസിറ്റികളിൽ പാഠപുസ്തകമായി. നോവലിനെക്കുറിച്ചുള്ള പഠനഗ്രന്ഥങ്ങളും പ്രസിദ്ധീകരിക്കപ്പെട്ടു.

കേരള സർക്കാരിന്റെ പൊതുമേഖലാ സ്ഥാപനമായ പ്ലാന്റേഷൻ കോർപ്പറേഷന്റെ കാസർകോട് ജില്ലയിലെ പന്ത്രണ്ടായിരം ഏക്കർ കശുമാവിൻ തോട്ടങ്ങളിൽ കാൽനൂറ്റാണ്ട് കാലം എൻഡോസൾഫാനെന്ന കൊടുംവിഷം നിയമങ്ങളെല്ലാം കാറ്റിൽപ്പറത്തിക്കൊണ്ട് കോരിയൊഴിച്ചതിന്റെ ഫലമായി കോടാനുകോടി ജീവജാലങ്ങളും ആയിരക്കണക്കിന് മനുഷ്യരും ഹതാശരായി. നിഷ്കളങ്കരായ മനുഷ്യരുടേയും ഉർവ്വരമായ പ്രകൃതിയുടെയും മേൽ നടന്നത് ഭരണകൂട

ഭീകരതയുടെ നിർദ്ദയമായ വ്യോമാക്രമണം തന്നെയായിരുന്നു. ഈ വിഷയത്തിൽ രണ്ടു പതിറ്റാണ്ട് കാലത്തിനിടയിൽ ആനുകാലികങ്ങളിൽ ഞാനെഴുതിയ അറുപതോളം ലേഖനങ്ങളിൽ നിന്നും മുപ്പത് എണ്ണം തിരഞ്ഞെടുത്ത് ഡി.സി.ബുക്സ് 2019 ൽ പ്രസിദ്ധീകരിച്ച 'എൻഡോസൾഫാൻ: നിലവിളികൾ അവസാനിക്കുന്നില്ല' എന്ന ഗ്രന്ഥത്തിൽ ദുരന്തത്തിന്റേയും സമരങ്ങളുടെയും ചരിത്രം വിശദീകരിച്ചിട്ടുണ്ട്. പഞ്ചുരുളി (2002) പോലെ നാലു കഥകളും ഈ വിഷയത്തിൽ എഴുതാനിട വന്നിട്ടുണ്ട്.

'എൻമകജെ' പ്രസിദ്ധീകരിച്ച് പത്തുവർഷം പൂർത്തിയായപ്പോൾ, എൻഡോസൾഫാൻ രാസകീടനാശിനി ദുരന്തത്തെ ലോകമനഃസാക്ഷിയെ നടുക്കുംവിധം പകർത്തിക്കൊണ്ടിരിക്കുന്ന മാതൃഭൂമി ചീഫ് ഫോട്ടോഗ്രാഫർ മധുരാജിനൊപ്പം നോവലിൽ വിവരിച്ചിട്ടുള്ള മിത്തുകളിലേക്ക് ഒരു യാത്രപോയതിന്റെ അനുഭവങ്ങളാണ് ഈ പുസ്തകത്തിൽ. എൻമകജെ ഗ്രാമത്തെ കരതലാമലകം പോലെ എനിക്ക് പരിചയമാക്കിത്തന്ന ശ്രീനിവാസയും ഒപ്പമുണ്ടായിരുന്നു.

നോവൽ എഴുതിയശേഷം എനിക്ക് ആ ഗ്രാമത്തെ മറക്കാമായിരുന്നു. പക്ഷേ അതിനുശേഷമാണ് ഞാൻ കൂടുതൽ തവണ എൻമകജെയിലേക്ക് പോയ്ക്കൊണ്ടേയിരുന്നത്. അതെല്ലാം ദുരന്തബാധിതരെ സന്ദർശിക്കാനോ സമരങ്ങളിൽ പങ്കെടുക്കാൻ വേണ്ടിയോ ആയിരുന്നു. പക്ഷേ അപ്പോഴൊന്നും 'മിത്തു'കളിലേക്ക് മുഖം തിരിച്ചില്ല. ഇപ്പോൾ ജടാധാരിക്കാവ് ഉൾപ്പടെയുള്ള സ്ഥലങ്ങൾ സന്ദർശിച്ചപ്പോൾ അത്ഭുതവും അതേക്കാൾ നിരാശയും ഉണ്ടായി. അതെല്ലാം ഈ പുസ്തകത്തിൽ പകർത്താൻ ശ്രമിച്ചിട്ടുണ്ട്.

ഈ പുസ്തകത്തിൽനിന്നു കിട്ടുന്ന വരുമാനവും ദുരിതബാധിതരുടെ ചികിത്സക്ക് വേണ്ടി ഉപയോഗിക്കാനാണ് ആഗ്രഹിക്കുന്നത്. പ്രിയ കവി കെ ജി എസ് ആണ് ഈ യാത്രാപുസ്തകത്തിന് അവതാരിക തന്ന് അനുഗ്രഹിച്ചിരിക്കുന്നത്. അദ്ദേഹത്തിന് സ്നേഹാദരങ്ങൾ. മധുരാജിന്റെ ചിത്രങ്ങളാണ് ഈ ചെറിയ പുസ്തകത്തിന്റെ മറ്റൊരു അനുഗ്രഹം. മധുരാജിനും പ്രിയമിത്രം ശ്രീനിവാസയ്ക്കും നന്ദി. മനോഹരമായി ഈ പുസ്തകം സംവിധാനം ചെയ്തത് ഇൻസൈറ്റ് പബ്ലിക്കയാണ്. സുമേഷിന് പ്രത്യേകം നന്ദി. കവർ ഡിസൈൻ ചെയ്ത കെജെ വിജെയ്ക്കും നന്ദി. ഈ പുസ്തകം കയ്യിലെടുക്കുന്ന എല്ലാ പ്രിയപ്പെട്ട വായനക്കാർക്കും സ്നേഹം, നന്മകൾ.

അവതാരിക

എൻമകജെ: വിഷം പലത്

കെ.ജി. ശങ്കരപ്പിള്ള

എൻമകജെഗ്രാമത്തിലേക്കാൾ എൻമകജെഗ്രാമം അംബികാസുതന്റെ എൻമകജെ നോവലിലും മധുരാജിന്റെ എൻമകജെ ഫോട്ടോകളിലും കാണാം. എൻഡോസൾഫാൻ ദുരന്തത്തിലെ ഇരദേശവും വിഷവിരുദ്ധ സമരത്തിലെ ദേശകേന്ദ്രവും മറക്കരുതാത്ത മനുഷ്യാവസ്ഥാദൃശ്യങ്ങളുമെന്ന നിലയിൽ. കീടനാശിനി കുടുംബനാശിനിയും സർവ്വജീവനായ പ്രകൃതിനാശിനി-യുമാവുന്നതിന്റെ തീവ്രവ്യാനവും പ്രതിരോധ കാഴ്ചപ്പാടുമെന്ന നിലയിൽ. നീതിപാഠങ്ങൾ നിറഞ്ഞ അനുഭവചരിത്രമെന്ന നിലയിൽ. ഡിജിറ്റൽ കാലത്തെ വിവരപ്രളയത്തിൽ നാം ജീവിക്കാതെ പോയ ജീവിതവും അറിയാതെ പോയ അറിവും ഉൾക്കൊള്ളാതെ പോയ ജ്ഞാനവും വീണ്ടെടുക്കാനുള്ള ഉണർത്തലാണ് ഈ കൃതികളിലെ സർഗ്ഗപ്രക്ഷോഭങ്ങളുടെ സത്ത.

കരുണയുടേയും സ്നേഹത്തിന്റേയും ഉദാത്താവിഷ്കാരമെന്ന് നീതിയെ പുനർനിർവചിച്ചവ. നവനാഗരികത നമ്മിൽ മയക്കിക്കിടത്തിയ പ്രതിരോധവിവേകത്തിന്റെയും ചിന്തയിലെ ഭാവിമാനത്തിന്റെയും ദയാതീക്ഷ്ണമായ വിളിച്ചുണർത്തൽ.

മുപ്പത് വർഷം പെയ്ത എൻഡോസൾഫാൻ വിഷമഴയായിരുന്ന എൻമകജെഗ്രാമത്തിൽ വന്ന ആധുനികത. അതിവേഗതയും ഉടൻ പരിഹാരവും ഉപകാരിനാട്യവും സംഹാരശക്തിയും രാസത്തിളക്കവും ദുർഗ്ഗന്ധവും ഒന്നിച്ചത്. പരമാധികാരം പരമവിഷം എന്ന് തെളിയിച്ചത്. ജാതിവിഷമായിരുന്ന അത് വരെ എൻമകജെയിലെ കാകോളം. വിഷത്തിന്റെ പല അവതാരങ്ങൾ കാണുന്ന എൻമകജെനോവലിൽ; മധുരാജിന്റെ ഫോട്ടോകളിലും. വിഷമേതും ദുരന്തത്തിലേക്കുള്ള വഴി. വിഷമേതിന്റെയും മതം ഹിംസ; പ്രലോഭനം സ്വർഗ്ഗം; രാഷ്ട്രീയം ഫാസിസം; ക്രിയ പീഡനം. വിഷമേതിനും ഇഷ്ടഭോജനം ജീവൻ. വിഷവിരുദ്ധതയാണ് അംബികാസുതന്റെയും മധുരാജിന്റെയും പ്രബുദ്ധ നിലപാടുകളിലെ കരുണയുടെ ദാർഢ്യം ; അവരുടെ കലയുടെ കാതൽ.

പ്രകൃതിക്ക് പര്യായമാക്കാവുന്ന നാമം, എൻമകജെ. പുരാവൃത്തങ്ങളും നാടോടിവേരോട്ടവും ഇഴത്തഴപ്പുമുള്ള വിശ്വാസചര്യകളും എട്ട് ഭാഷകളും എട്ട് സംസ്കാരങ്ങളും അതിലേറെ ഐശ്വര്യസങ്കല്പങ്ങളും ജീവന്റെ സഹജ സ്വച്ഛന്ദതകളും നിറഞ്ഞതായിരുന്ന വിഷപ്പെയ്ത്തിന് മുമ്പ് എൻമകജെയുടെ ചരിത്രത്തിന്റെ അകവും പുറവും . പഴമപ്രതീതിയുള്ള നാടൻ തെളിബോധത്തിന്റെ അന്ത്യമായിരുന്ന 'മരുന്ന്' എന്ന് വിളിക്കപ്പെട്ട വിഷത്തിന്റെ ആ പെരുമഴക്കാലം. ആധുനിക ശാസ്ത്ര / അധികാര/ അഹന്ത പെയ്യിച്ചത്. കുഞ്ഞുങ്ങളെ കൊന്നൊടുക്കാൻ തെരുവുകളിൽ വാളും വീറുമിളക്കിപ്പാഞ്ഞ ഹെരോദിന്റെ സൈന്യത്തെപ്പോലെ എൻമകജെയിലെ ജീവമണ്ഡലങ്ങളിലെല്ലാം മരണം രാപകൽ കവാത്ത് തുടങ്ങി. എൻഡോസൾഫാൻ എത്ര ഭീകര മാരണമാണെന്ന് ലോകത്തെ ആദ്യമറിയിച്ച ശ്രീപഡ്രെയുടെ ഭാഷയിൽ "കശുവണ്ടിയേക്കാൾ വില കുറഞ്ഞ ജീവിതം" ജീവിക്കാൻ എൻമകജെ വിധിക്കപ്പെട്ടു. മനുഷ്യർ മാത്രമല്ല. സമസ്തജീവനും. പ്രകൃതിയുടെ സൃഷ്ടികളിലെ രൂപസൌന്ദര്യം വിഷം രൂപവൈരൂപ്യമാക്കി. പ്രകൃതിയുടെ താളത്തെ വിഷം താളപ്പിഴയാക്കി. ഉയിരിലും ഉടലിലും ആളിപ്പൊന്തിയ വിഷജ്വാലകൾ എൻമകജെയുടെ തടവറച്ചുമരുകളായി. മിത്തും യാഥാർത്ഥ്യവും ആർദ്രലളിതമായ ആത്മബന്ധങ്ങളും ബലീന്ദ്രനും സത്യവും ചതിയിൽ കൊല്ലപ്പെട്ടതിന് മറുപടിയായി നീതിയുടെ തെയ്യമായി ഉയിർത്തെഴുന്നേറ്റ ജടാധാരിയും സമാധാനത്തിന്റെ കാവിൽ നിന്ന് കുടിയിറക്കപ്പെട്ടു. അവനവനിൽ നിന്ന് കുടിയിറക്കപ്പെടുന്ന ആധുനിക മനുഷ്യന്റെ നാടോടി പ്രവചനരൂപകം, ജടാധാരി. അനീതിക്ക് മേൽ നീതിയുടെ ഉയിർത്തെഴുന്നേൽപ്പിന്റെ ജാതകകഥ. പ്രകൃതിജീവനമാണ് ജടാധാരി. ജീവന്റെ പ്രകൃതി. ഋഷിരൂപി. തെയ്യവും കാടും മലയും കാവും മണ്ണിൽ

പണിയെടുക്കുന്നവരുമായി ജടാധാരിക്ക് പ്രകൃതിക്കെന്ന പോലെ അർത്ഥങ്ങളുടെ പല ജീവൻ. ജൈവപാരമ്പര്യത്തിലെ അനാദിയായ ആന്തരപ്രകാശം. ജൈവത്തുടർച്ച. രൂപത്തേക്കാൾ ചൈതന്യം.

കാടും മലയും വെട്ടിക്കൊന്ന് കെട്ടിപ്പൊക്കിയ അടഞ്ഞ ക്ഷേത്രം വേണ്ടാ വനഭോജനം മതിയെന്ന് വിലക്കിയിട്ടും പുതിയ മൂഢർ ദൈവങ്ങളെ ക്ഷേത്രങ്ങളിൽ കുടിയിരുത്തി. ചട്ടങ്ങളിലും ഫ്രെയിമുകളിലുമാക്കി സർഗ്ഗചോദനകളെ എല്ലാറ്റിനെയും ശ്വാസം മുട്ടിച്ചു. വെളിപാടിന് വ്യാകരണച്ചുറ്റുമതിലുണ്ടാക്കി. കാൽ മരണവും അരമരണവും മുക്കാൽമരണവും കാഴ്ച മരണവും മൊഴിമരണവും സ്വപ്നമരണവും ജ്ഞാനമരണവും ജീവിതമോ മരണമോ അല്ലാത്ത ഭീഷണമായ ബോധനാശവും ചലന നാശവുമായി, അജയ്യനായ ദുരന്തപ്രഭുവോ ദുരന്ത മുതലാളിയോ ബഹുപ്രപഞ്ച പ്രതാപിയോ ആയി, എൻമകജെയിൽ വിഷം ജീവജപ്തി തുടങ്ങി.

രൂപം കെട്ടും മതി കെട്ടും ആന്തരാവയവങ്ങൾ പേടിച്ച് ഉടലിന് വെളിയിലേക്ക് തുറിച്ചും മൂന്ന് വയസ്സിൽ മുടി നരച്ച് പടുവൃദ്ധനായ ജയകൃഷ്ണനും വയസ്സ് കൂടാത്ത വർഷങ്ങളുറഞ്ഞ് മാണ്ട് കിടക്കുന്ന മറ്റനേകം കുരുന്ന്എൻമകജെകളും അമ്മഎൻമകജെയുടെ മടിയിൽ ഭാരിച്ചു. മനുഷ്യശരീരം കൊണ്ട് അത്രയ്ക്ക് ഭയാകുലമായ വേദനാശില്പങ്ങൾ നരകം അതിനു മുമ്പ് കൊത്തിയിട്ടില്ല. ഭൂമിമലയാളത്തിലെങ്ങും മരുന്നില്ലാത്ത അത്രയ്ക്ക് ഭയാനകമായ വ്യാധികൾ അതിന് മുമ്പ് മലയാളക്കരയെ നടുക്കിയില്ല. അത്രയ്ക്ക് മരവിച്ച അമ്മമുഖങ്ങൾ മലയാളം അതിന് മുമ്പ് കണ്ടിട്ടില്ല. എൻമകജെ ആധുനിക നരകമായി; കേരളത്തിലെ ഹിരോഷിമയും നാഗസാക്കിയുമായി. ആടിപ്പാടിയൊഴുകിയ നദികളെ അണക്കെട്ടുകളുടെ തുറുങ്കിലടച്ച വികസനഭ്രാന്തൻ ആധുനികതയ്ക്ക് നാം കനത്ത വില കൊടുക്കേണ്ടി വന്നു:- നമ്മുടെ മനുഷ്യത്വം, ജീവിത്വം, മാനസിക / പാരിസ്ഥിതിക സന്തുലനം, ഭാവി..നമ്മെത്തന്നെ.

ഹെലനെ കിട്ടിയേ കഴിയൂ എന്ന തൃഷ്ണ മൂർച്ഛിച്ച് മെഫിസ്റ്റോഫിലിസ് എന്ന പിശാചിന് സ്വന്തം ആത്മാവ് തീറെഴുതിയ ഡോക്ടർ ഫൌസ്റ്റിന്റെ ജീൻ നമ്മിൽ, ആധുനിക ആർത്തിപ്പണ്ടാരങ്ങളിൽ അധികമുണ്ട്. ഹിംസയുമായി സ്വന്തം ചോരയിലെഴുതിയ പാപാസക്തിയുടെ ഉടമ്പടിയാണ് ബന്ധങ്ങളിൽ ഇന്നും നമുക്ക് പ്രമാണം. പുതിയൊരടിമത്തത്തിന്റെ ഏകാന്തതയിൽ പുതിയൊരജ്ഞതയുടെ ഇരുട്ട് എൻമകജെയെ ഞെരിച്ചു. ബലിക്കല്ലിലെ കുഞ്ഞാടിന്റെ ഏകാന്തത. സ്വന്തം കല്ലറയിൽ നിന്നും കാവിൽ നിന്നും പുറത്താക്കപ്പെട്ട ജടാധാരിയുടെ ഏകാന്തത. അതുല്യമായ ആ ബഹുവിതാന ദുരവസ്ഥയുടെ കാരുണ്യാഖ്യാനങ്ങൾ,

അംബികാസുതന്റെ എൻമകജെ നോവലും മധുരാജിന്റെ എൻ മകജെ ഫോട്ടോകളും; എൻഡോസൾഫാൻ ദുരിതബാധിതരുടെ മുക്തിക്കും പുനരധിവാസത്തിനും അർപ്പിക്കപ്പെട്ട സമരങ്ങളും. കലയും സമരവും ഇത്ര മനോഹരമായി രഞ്ജിക്കുന്ന തുറകൾ നമ്മുടെ കടപ്പുറത്ത് വേറെ അധികമില്ല.

എൻമകജെനോവലിന്റെ പതിറ്റാണ്ടോ പന്തീരാണ്ടോ കഴിഞ്ഞ് അംബികാസുതനും മധുരാജും ഒന്നിച്ച് എൻമകജെയിലേക്കൊരു യാത്ര പോയി. എൻമകജെയിലെ നിത്യമൈത്രിയിലേക്കും പുരാവൃത്തങ്ങളിലേക്കും കാസർകോട്ടെ വിഷവിരുദ്ധസമരത്തിലെ ആദ്യപോരാളികളിലേക്കും ഓർമ്മകളിലേക്കും എൻമകജെയിലെ പുതിയ മാറ്റങ്ങളിലേക്കും ഒരു യാത്ര. സ്വാഭാവികമായും അതവരുടെ എൻമകജെ ആവിഷ്കാരങ്ങളുടെ ആധികാരികതയും ചരിത്രസത്യതയും ദേശസൂക്ഷ്മതയും പ്രതിരോധസഫലതയും ആരായുന്ന സൂക്ഷ്മമായൊരു സെൽഫ് ഓഡിറ്റിംഗ് യാത്ര കൂടിയായി.

എൻമകജെയിലേക്കുണ്ടായ മുൻകാല സന്ദർശനങ്ങൾ പലതും ഇതിൽ പല തലങ്ങളിൽ മാറ്റങ്ങൾ അടയാളപ്പെടുത്താൻ ചേരുന്നുണ്ട്. സമയ/സ്ഥല/ സംഭവ/ ബോധ്യങ്ങൾ മാറി. സ്നേഹവും നന്മയും ആദർശവും ആത്മാർപ്പണവും തെല്ലും മങ്ങാത്ത ചില പഴയ വിശുദ്ധമിത്രങ്ങൾ പതിറ്റാണ്ടുകൾക്കിപ്പുറവും പകരുന്ന ഉന്മേഷം അംബികാസുതനെയും മധുരാജിനെയും മാത്രമല്ല വായനക്കാരായ നമ്മെയും പ്രചോദിപ്പിക്കുന്നു. ആ നോവലും ഫോട്ടോകളും നമുക്കിപ്പോൾ എൻമകജെയിലെ പ്രകൃതിയുടേയും സംസ്കൃതിയുടേയും ചില്ലകളോ ചിറകുകളോ പോലെ ജൈവാവയവങ്ങൾ. പ്രതിരോധസജ്ജമായ ബോധേന്ദ്രിയങ്ങൾ.. അവയും ഉൾച്ചേർന്നല്ലാതെ ഇനി എൻമകജെ ഇല്ല. നോവലിലെ ചില കഥാപാത്രങ്ങൾ എൻമകജെയിലുണ്ട്. ചിലരുടെ ആദിരൂപങ്ങളുണ്ട്. നോവൽരൂപത്തിൽ നൈതികഭാവുകത്വത്തിലെ ആർദ്രപ്രകാശങ്ങൾ എൻമകജെയ്ക്ക് മേൽ ശുഭഭാവിയുടെ സ്വപ്നവസ്ത്രം പോലെ നീർത്തിവിരിച്ചിരിക്കുന്നു. നോവലിന്റെ ഇരുപത്തിയൊമ്പാം പതിപ്പും ലോകം പ്രസിദ്ധീകരിച്ചതിന് ശേഷം അവരെയും അവരുടെ പരിസരത്തെയും കണ്ടുമുട്ടുമ്പോൾ പഴമയും പുതുമയും തമ്മിൽ സ്വകാര്യ താരതമ്യങ്ങൾ തോന്നും. നോവലിസ്റ്റിന് മാത്രമല്ല . നമുക്കും.

ശ്രീനിവാസയും ശ്രീപദ്രെയും ശീലാബതിയും എസ്.ഡി.വേണുകുമാറും ജടാധാരിത്തെയ്യവും വനശാസ്താവും സത്യപ്പടികളും (സാക്കീജാലും) പൂക്കാരെക്കല്ലും മുത്തക്കയും കുറത്തിയമ്മയും പഞ്ചിയും കോടങ്കിരിത്തോടും നേർനീരൊഴുക്കുകളും ശ്രീധരയും ശീനപ്പെശെട്ടിയും

ജയകൃഷ്ണനും സജിത്തും ലീലാവതിയമ്മയും എൻമകജെയിലെ ജീവൻ മശായിയായ ഡോ. വൈ എസ് മോഹൻ കുമാറും വിഷവിരുദ്ധസമരത്തിലെ പോരാളികളും രക്തസാക്ഷികളും പുരാവൃത്തങ്ങളും ജൈനരും ബൌദ്ധരും ഒന്നിക്കുന്ന ഈ കൃതിയിലെ സ്നേഹഭൂമിയായ എൻമകജെയിൽ ഈ മഹത്തായ ഒന്നിക്കൽ തന്നെയാണ് പ്രകൃതിസൌന്ദര്യം. പല ജോലികളിൽ പല പരിസരങ്ങളിൽ ജീവിക്കുന്ന ഈ വ്യത്യസ്തമനുഷ്യർക്ക് നന്മ എന്ന പൊതുഛായ ഉണ്ട്. മനുഷ്യരെ സുന്ദരികളും സുന്ദരന്മാരുമാക്കുന്ന നന്മയെന്ന ആന്തരലയം. എൻമകജെയോടും നോവൽ രചനയോടും ആത്മകഥയോടും ഇണങ്ങി പല നേരങ്ങളിലും പ്രകാശമാത്രകളിലും ഈ നന്മ എൻമകജെദേശത്തും എൻമകജെനോവലിലും ഈ പുതിയ എൻമകജെയാത്രയുടെ ആഖ്യാനത്തിലും വന്നുദിക്കുന്നുണ്ട്. കെട്ട് പോകുന്നുമില്ല. മനുഷ്യത്വത്തിലെ ആ കെടാവിളക്കിന്റെ തേടലും കാണലുമാണെന്നതാണ് ഈ പുതിയ കൃതിയുടെ മൂല്യം.

ഈ കൃതി ഭരിക്കുന്നത് ഓർമ്മകളാണ്. ഓർമ്മകളോട് സംവദിക്കുന്ന പുതിയ എൻമകജെഅനുഭവവും. ജ്ഞാനാധികാരമല്ല. പല ആഴങ്ങളും പല വ്യാസങ്ങളുമുള്ള ഓർമ്മകൾ. ഭാവനയ്ക്ക് പ്രാപിക്കാനാവാത്തതാണ് മൂല്യപ്രബുദ്ധതയുടെ ഉത്തുംഗശിഖരങ്ങളിൽ സംഭവിക്കുന്ന ഓർമ്മയുടെ പൂർണ്ണോദയം. അത് ഈ അനുഭവകഥനത്തെ പുണ്യസ്ഥലം പോലെ തേജസ്സുള്ളതാക്കുന്നു. മാറ്റമൊക്കെയും പതനമാവുന്നല്ലോ എന്ന ആത്മപീഢകമായ തിരിച്ചറിവുകളുടെയും നന്മയുടേയും നിഗൂഢതകളുടേയും ഉപാഖ്യാനങ്ങൾ നിറച്ച മാന്ത്രികക്കുടങ്ങൾ ഈ കൃതിയെയും കെട്ടുപോകാത്തതാക്കുന്നു. അനുഭവകഥനം എന്ന നിലയിൽ നിന്ന് കണ്ടെത്തലുകളുടെയും വെളിപ്പെടലുകളുടേയും കഥനമായി ഇത് അനായാസം ഉയരുന്നു. ഇതിന്റെ ആധികാരികത ഇതിൽ സന്ധിക്കുന്ന നന്മ തുളുമ്പുന്ന മനസ്സുകൾ തരുന്ന വിശ്വാസ്യതയാണ്. എൻമകജെയുടെ പവിത്രമായ ആത്മധാരയായ നീരൊഴുക്കുകൾ തരുന്ന വിശ്വാസ്യത . ജൈന-ബൌദ്ധ ജീനുകളുടെ സങ്കലനപ്പിറവിയായിരിക്കാം താനെന്ന് പോലും അംബികാസുതൻ ന്യായമായും വിസ്മയപ്പെടുന്നുണ്ട് . പ്രകാശമുഗ്ധരായി രാത്രിശലഭങ്ങൾ പാറി വന്ന് പൊള്ളിപ്പിടഞ്ഞ് മരിക്കാതിരിക്കാൻ അന്തിവിളക്ക് കൊളുത്താതിരിക്കുന്ന ജൈനമുനിമാരിലെ അഹിംസാജീൻ അമ്മ വഴിയും ബൌദ്ധധാതു അച്ഛൻ വഴിയും അംബികാസുതനിലും ഇന്ന് ജീവന്റെ കാവൽക്കാരായ ആരിലും സൌമ്യധീരമായ ഊർജ്ജോദയമാവുന്നുണ്ട്. വിഷത്തെ പ്രതിരോധിക്കുന്ന സ്നേഹം ആരെയും അഹിംസാസുതരായി ഫലിപ്പിക്കുന്നു.

എൻമകജെയിലെ പുതിയ മാറ്റങ്ങൾ പലതും ജീർണ്ണതയിലേക്കുള്ള മാരക പതനങ്ങൾ. പല വീഴ്ചകളും സാംസ്കാരിക രോഗശയ്യയിലേക്ക്. വിശ്വാസത്തിന്റെ കോശങ്ങൾ അഴുകി വർഗ്ഗീയതയുടെ വിഷം പതയുന്നു. നാട് തന്നെ രോഗിയാവുന്നു. വെറുപ്പും പൊരുത്തക്കേടും അന്യോന്യ സംശയവും അനുവദനീയമല്ലാത്ത അനുപാതത്തിലേക്ക് വഴുതി മുഷ്ക്ക് മുറുകുന്നു. സംഘർഷവും ഹിംസയും പെരുകുന്നു. അന്യവിശ്വാസിക്ക് കൂടി ഇടമില്ലാത്ത മനസ്സ് അവനവനും അഭയം നിഷേധിക്കുന്നു. ആ മനസ്സ് ആതുരമാവുന്നു. ഭാവുകത്വത്തിലും പ്രത്യയശാസ്ത്രത്തിലും ഭാഷയിലും വർഗ്ഗീയരോഗബാധ മൂർച്ഛിക്കുന്നു. എൻമകജെയിലെ പുതിയ മാറ്റങ്ങളിലെല്ലാം വർഗ്ഗീയതയുടെ സങ്കുചിത സാമർത്ഥ്യങ്ങളുണ്ട്. പിശാചിന്റെ രഹസ്യ അജണ്ടകളുണ്ട്. എൻമകജെയിൽ നിന്ന് ശിഷ്ടതെളിമയും മാഞ്ഞു പോകുന്നതിൽ അംബികാസുതനും മധുരാജിനും നമുക്കും നടുക്കമുണ്ട്. നെടുനാൾ പുലർന്നിരുന്ന നാടോടിപാരമ്പര്യങ്ങളും ജൈന/ ബൗദ്ധ പാരമ്പര്യങ്ങളും അവയിലെ മതേതരമൂല്യങ്ങളും തുരത്തപ്പെടുന്നതിൽ ദു:ഖമുണ്ട്. കാടും കാവും നശിപ്പിച്ച് പൊന്തുന്നത് മതാധികാരകേന്ദ്രങ്ങളായി അധ:പതിച്ച ക്ഷേത്രങ്ങൾ. ജീർണ്ണിച്ചാണ് മതം സംസ്കാരത്തിൽ വർഗ്ഗീയതയെന്ന കോയ്മഭ്രാന്തായി ചുരുങ്ങുന്നത്. കേരളത്തിൽ പൊതുവേ ഇക്കാലത്ത് കാണായ ജീർണ്ണോദ്ധാരണയുദ്ധങ്ങളുടെ ഇരുളലകൾ നോവലിലെ സത്യത്തിന്റെ ഇടമായ എൻമകജെയിലെ മറ്റൊരു വിഷബാധയായിട്ടുണ്ട്. കാട് കയ്യേറ്റക്കാരും വർഗ്ഗീയഫാസിസ്റ്റുകളും തണലും കുളിരും കുടിക്കഴിയലും വെട്ടി വീഴ്ത്തുന്ന ഹിംസോന്മത്തരാണ് . നോവലിലേക്ക് വന്ന എൻമകജെയുടെ പുരാവൃത്ത/ ചരിത്ര/ വൈകാരിക/ പാരിസ്ഥിക സന്ദർഭങ്ങളും ഉറവിടത്തിലെ ജൈവ വശ്യതകളിൽ നിന്ന് പുതിയ യാന്ത്രിക വൈരൂപ്യങ്ങളിലേക്ക് വീഴത്തപ്പെട്ടിട്ടുണ്ട്. ഇത്തരം മാറ്റങ്ങളുടെ ഇരുണ്ട ശോകശ്രുതി ഈ കൃതിയിലൊരു കാട്ടുകാറ്റ് പോലെ അലയുന്നുണ്ട്.

പണ്ട് പലപ്പോഴും വന്ന എൻമകജെയിൽ അവർ വീണ്ടുമെത്തി. ആത്മാവിൽ അണയാതാളുന്ന അമ്മമാരുടെ വിലാപമാണിപ്പോൾ ആത്മാവിൽ മുഴങ്ങുന്ന ചരിത്രശ്രുതി. ഇത്തവണ യാത്ര എൻമകജെയുടെ കൂടുതൽ ആഴത്തിലെ അടരുകളിലേക്ക്. ലോകം വരവേറ്റ നോവലിന്റെയും ഫോട്ടോകളുടേയും സുഹൃത്തും പരിസ്ഥിതിപ്രവർത്തകനും എൻമകജെ ഗ്രാമവാസിയുമായ ശ്രീനിവാസയുടേയും സ്വന്തം ഇച്ഛയുടേയും സഹായത്തിൽ അവർ എൻമകജെയുടെ ആഴം കാണുന്നു. ഭയം വകഞ്ഞ് കാട്ടുവള്ളികൾ മൂടിപ്പടർന്ന ജടാധാരിക്കാവ് കാണുന്നു. നൂറ്റാണ്ടുകൾക്ക് മുമ്പ് ബ്രാഹ്മണർ ഒരു കീഴാളനെ ജീവനോടെ കുഴിച്ച

മുടിയിടത്ത് മുളച്ച പൊന്തിയ കാവ്. അന്നോളം ഉർവ്വരസ്വർഗ്ഗമായിരുന്ന 'സ്വർഗ്ഗ' ആ കുരുതിയോടെ ഊഷരനരകമായി. മുപ്പത് വർഷം വിഷമഴ പെയ്ത് എൻഡോസൾഫാൻ എൻമകജെയിൽ ദുരന്തപ്രളയം വരുത്തുന്നതിന് മുമ്പും എൻമകജെയിൽ തോരാതെ പൊള്ളിച്ച് പെയ്യുന്ന വിഷവർഷമുണ്ടായിരുന്നു. ജാതിവിഷം തീണ്ടി അടിയാളൻ മരിച്ചതോടെ ഗ്രാമത്തിൽ ക്രോധഭാഷ മുരണ്ട് നടന്നു. അനിഷ്ടസംഭവങ്ങൾ പതിവായി. കൊലചെയ്യപ്പെട്ടവൻ ജടാധാരിത്തെയ്യമായി. അത് ശിവചൈതന്യം ആവാഹിച്ചുള്ള ഉയിർപ്പെന്ന് നാട്ടുകാർ അജ്ഞേയതയെ നാടോടിക്കഥയിൽ വാഴിച്ചു. പതിനാല് വർഷം മുമ്പ് ഒഴിഞ്ഞ് നിന്ന് ജടാധാരിക്കാവ് കണ്ടപ്പോഴത്തെ ഭയസംഭ്രമങ്ങൾ കുറഞ്ഞിട്ടില്ല. മധുരാജ് ശലഭനിർഭയതയോടെ കാവിൽക്കടന്നു. കുട്ടിന് ജീവഭയം മാത്രമായി അംബികാസുതനും സത്യച്ചുവടുകൾ വെച്ച് എൻമകജെയുടെ മിത്തിന്റെയും യാഥാർത്ഥ്യത്തിന്റെയും വേദനയുടേയും പ്രതിരോധത്തിന്റെയും ഏകാന്തയുടേയും മൌനത്തിന്റെയും ആഴത്തിലേക്കിറങ്ങി. ജടാധാരിയുടെ കല്ലറയ്ക്ക് വിഷസർപ്പങ്ങളുടെ കാവൽ സൈനിക സാന്നിധ്യമായുള്ളത് ആസന്ന വിപൽ സാധ്യതയായി അനുഭവിച്ചു. ബലിയായ നിരപരാധിയുടെ പീഠത്തിൽ നീതിധ്യാനത്തോടെ കൊറുങ്ക് മരങ്ങളും നക്കരച്ചെടികളും നിഗൂഢപരിഹാരങ്ങളും സാക്ഷിയായി തന്റെ വിഷവിരുദ്ധവും ബലിവിരുദ്ധവുമായ നോവൽ, എൻമകജെ, സമർപ്പിച്ചു. ചുറ്റിലും സർപ്പവിഷഹാരിയായ ഗരുഢക്കൊടിച്ചെടി തഴച്ചു വളരുന്നത് കണ്ടു. പ്രകൃതിയിലെ വിഷത്തിന് പ്രകൃതിയിൽ സമൃദ്ധമായി വളരുന്ന മറുമരുന്ന്. പ്രകൃതിയിലെ വിഷം ശുദ്ധവിഷം. സംസ്കൃതിയിലെ വിഷത്തിൽ മൂതമൂല്യങ്ങളുടെ അഴുകിയ ശവം വമിക്കുന്ന ഹിംസാവൈറസുണ്ട്. എൻമകജെയുടെ കൊട്ടുമുടികളിൽ അഹിംസാധ്യാനത്തിലാണ്ട് ജീവിച്ച ജൈനരുടേയും ബൌദ്ധരുടേയും കാരുണ്യമന്ത്രങ്ങളും ഹിംസയുടെ പടയോട്ടങ്ങളിൽ ചവിട്ടിയരയ്ക്കപ്പെട്ടു. പാലകനാട്യത്തോടെ അനുസരിപ്പിക്കാൻ ആക്രമിക്കുന്ന ആയുധങ്ങൾ സാമൂഹ്യജീവിതം യുദ്ധനരകമാക്കി. യുദ്ധബിംബങ്ങൾ ആരാധ്യങ്ങളായി. ആർത്തി മൂത്ത് അധികാരവ്യവസ്ഥയുടെ ലാഭഭ്രാന്ത് വൻതോതിൽ ജൈവനീതിയുടെ നിഷേധമായി. അധികാരവിഷത്തിനും ജാതിവിഷത്തിനും വർഗ്ഗീയ വിഷത്തിനും എൻഡോസൾഫാൻ പോലുള്ള നാഗരികവിഷത്തിനും പ്രാണികുലത്തിലും ചരിത്രത്തിലും അത് പരത്തുന്ന ജനിതകരോഗങ്ങൾക്കും ഗരുഢക്കൊടി പോലെ കൈയ്യെത്തുന്നിടത്ത് തഴച്ചു വളരുന്ന പരിഹാരമില്ല.

ഉള്ളടക്കം

അംബികാസുതൻ മാങ്ങാട്
എൻമകജെ

എൻമകജെയിലേക്കുള്ള മടക്കം

എൻമകജെ ഗ്രാമത്തിലേക്കുള്ള ഓരോ യാത്രയും എനിക്ക് വേദനാജനകമായിരുന്നു. ഇതാ വീണ്ടും ഒരു യാത്ര കൂടി.

എൻഡോസൾഫാൻ വിരുദ്ധ സമരപ്പന്തലുകളിലേക്കും വിഷമഴയിൽ മരണം നനഞ്ഞ ഗ്രാമങ്ങളിലേക്കും മധുരാജിനൊപ്പം പലവട്ടം യാത്ര ചെയ്തിട്ടുണ്ടെങ്കിലും എന്തുകൊണ്ടോ എൻമകജെ ഗ്രാമത്തിലേക്കുള്ള ഞങ്ങളുടെ ഒന്നിച്ചുള്ള യാത്ര സംഭവിച്ചിരുന്നില്ല. 2001 മുതൽ മാതൃഭൂമി പത്രത്തിലും പിന്നീട് മാതൃഭൂമി ആഴ്ചപ്പതിപ്പിലും വന്നുകൊണ്ടിരുന്ന മധുരാജിന്റെ ഹൃദയം കീറുന്ന ചിത്രങ്ങൾ വിഷദുരന്തം ലോകത്തെ അറിയിക്കുന്നതിലും പ്രതിരോധ സമരങ്ങൾ ശക്തിപ്പെടുത്തുന്നതിലും സുപ്രധാന പങ്കുവഹിച്ചു. മാതൃഭൂമി ആഴ്ചപ്പതിപ്പിൽ ഞാനെഴുതിയ ലേഖനങ്ങൾക്കും സമീപകാലത്തിറങ്ങിയ എന്റെ 'എൻഡോസൾഫാൻ: നിലവിളികൾ അവസാനിക്കുന്നില്ല' (ഡി.സി.ബുക്സ്, 2019) എന്ന ലേഖന സമാഹാരത്തിനും ശക്തി പകർന്നത് മധുരാജിന്റെ അസാധാരണവും മനുഷ്യമനഃസാക്ഷിയെ നടുക്കുന്നതുമായ ഫോട്ടോകളാണ്. ഫോട്ടോഗ്രാഫിയെ സമരകലയാക്കി മാറ്റിയ, രണ്ട് ദശകക്കാലം ഒരു പാരിസ്ഥിതിക ദുരന്തത്തെ ഇതുപോലെ ക്യാമറക്കണ്ണുമായി സദാ പിന്തുടർന്ന മറ്റൊരു ഫോട്ടോഗ്രാഫർ ലോകചരിത്രത്തിൽ തന്നെ ഉണ്ടാവാനിടയില്ല. ഞാനോർത്തു പോവുകയാണ്. 2001 മാർച്ച് 22നാണ് എൻഡോസൾഫാൻ ദുരന്തത്തെക്കുറിച്ച് എസ്.ഡി.വേണുകുമാർ തയ്യാറാക്കിയ ലേഖന പരമ്പര മാതൃഭൂമി പത്രത്തിൽ ഒന്നാം പേജിൽ ആരംഭിക്കുന്നത്, മധുരാജിന്റെ ചിത്രങ്ങളോടെ. ആദ്യ ദിവസം പ്രസിദ്ധീകരിച്ച

• എൻമകജെയുടെ ഭൂപ്രകൃതി

സൈനബ എന്ന കുഞ്ഞിന്റെ ചിത്രം അക്ഷരാർത്ഥത്തിൽ എന്നെ നടുക്കിക്കളഞ്ഞു. വലിയ തലയും കുഞ്ഞ് ഉടലുമായി നിലവിളിക്കുന്ന സൈനബയുടെ ചിത്രം നിങ്ങളാരും മറന്നിരിക്കാനിടയില്ല. തലയിൽ വന്നിരിക്കുന്ന ഈച്ചയെ പായിക്കാൻ അവളുടെ കുഞ്ഞ് കൈകൾക്ക് നീളം പോരായിരുന്നു...

ആ നിലവിളിയാണ് വാസ്തവത്തിൽ എന്നെ എൻഡോസൾഫാൻ വിരുദ്ധ സമരഭൂമിയിലേക്ക് എടുത്തെറിഞ്ഞത്. അതിന് മുമ്പ് പ്രസംഗങ്ങളിലെ ഒരു വിഷയമായിരുന്നു. നേരിട്ട് ഇടപെട്ടിരുന്നില്ല. 2002 ആഗസ്റ്റ്-18ന് മാതൃഭൂമി സപ്ലിമെന്റിൽ 'പഞ്ചുരുളി' എന്ന കഥയെഴുതി. (എൻഡോസൾഫാൻ വിഷയത്തിൽ പ്രസിദ്ധീകരിക്കുന്ന ആദ്യത്തെ

സർഗ്ഗാത്മക രചനയായിരുന്നു അത്.) എൻമകജെ ഗ്രാമത്തിലെ വിഷമഴയിൽ അകപ്പെട്ട ഒരു ദരിദ്രകുടുംബത്തിന്റെ നിസ്സാഹായതയും കണ്ണീരുമാണ് ആ കഥയിൽ ആവിഷ്കരിക്കാൻ ശ്രമിച്ചത്. പിന്നീട്, രാത്രിമുതൽ രാത്രിവരെ, പൊന്നുഷസിന്റെ കുട്ടികൾ, വിമാനത്തെ എറിയുന്ന കല്ലുകൾ എന്നീ കഥകൾ കൂടി ഈ വിഷയത്തിൽ എഴുതാനിടയായി.

‘മുട്ടറ്റമേയുള്ളൂ ഭൂതകാലക്കുളിർ’ എന്ന 2003-04 വർഷത്തെ കാഞ്ഞങ്ങാട് നെഹ്റു കോളേജ് മാഗസിൻ ഏറ്റവും ശ്രദ്ധിക്കപ്പെട്ടത് വിഷമഴയേറ്റ ഗ്രാമങ്ങൾ സന്ദർശിച്ച് തയ്യാറാക്കിയ ഫീച്ചറുകളിലൂടെ യായിരുന്നു. ഞാനായിരുന്നു സ്റ്റാഫ് എഡിറ്റർ. സൈനബ, നാരായണ നായിക്, ശ്രുതി തുടങ്ങിയ കുഞ്ഞുങ്ങളുടെ നെഞ്ച്പൊള്ളിക്കുന്ന മധുരാജിന്റെ

• ശ്രീനിവാസയോടൊപ്പം

ഫോട്ടോകൾ ഫീച്ചറുകൾക്കൊപ്പമുണ്ടായിരുന്നു. 'ഓർക്കാൻ വയ്യ' എന്ന പേരിൽ മധുരാജ് എഴുതിയ ഹൃദയ സ്പർശിയായ ഓർമക്കുറിപ്പും ഉള്ളടക്കത്തിലുണ്ടായിരുന്നു. ഈ കോളേജ് മാഗസീൻ തയ്യാറാക്കുന്ന തിനിടയിലാണ് ജയകൃഷ്ണൻ എന്ന കുഞ്ഞിന്റെ മരണം സംഭവിക്കുന്നത്. മൂന്നാം വയസിൽ, മരണമെത്തുന്ന നേരമായപ്പോഴേക്കും വാർധക്യം ബാധിച്ച്, ഉടലിൽ വ്രണങ്ങൾ നിറഞ്ഞിരുന്നു. കുടിലിനകത്ത് ഒളിപ്പി ച്ചിരുന്ന വളർച്ച മുരടിച്ച ഈ കുഞ്ഞിനെ പുറത്തേക്ക് കൊണ്ടുവരാൻ ഞാൻ ആവശ്യപ്പെടുകയായിരുന്നു. ആദ്യം വിസമ്മതിച്ചെങ്കിലും പിന്നെ ഗത്യന്തരമില്ലാതെ കുഞ്ഞിനെ കൊണ്ടുവന്നു. മൂന്നു മാസത്തെ ശരീരവ ളർച്ച പോലുമുണ്ടായിരുന്നില്ല. കൈകൾ പതുക്കെ അനക്കുന്നതേ ഉണ്ടാ യിരുന്നുള്ളു. മുടി മുഴുവൻ നരച്ചിരുന്നു. നിലവിളിക്കാൻ വയ്യായിരുന്നു. തൊണ്ട തുറന്നിരുന്നില്ല!

അന്ന് ശരീരത്തിലും മനസ്സിലും പടർന്നു കയറിയ വിറ, വർഷങ്ങൾ കഴിഞ്ഞ് 'എൻമകജെ' നോവലെഴുതുമ്പോഴാണ് ഞാനിറക്കി വെച്ചത്. ജടാധാരിമലയിൽ കഥാനായകനും കഥാനായികയും പോറ്റുന്ന കുഞ്ഞ് വാസ്തവത്തിൽ ഈ ജയകൃഷ്ണനാണ്. പരീക്ഷിത്ത് എന്ന പേരിൽ. 2006-ന്റെ പകുതിയിൽ എഴുതാനാരംഭിച്ച നോവൽ എഴുതിത്തീരാൻ രണ്ടര വർഷത്തോളം എടുത്തു. 2009 ലാണ് ഡി.സി.ബുക്സ് നോവൽ പ്രസിദ്ധീകരിക്കുന്നത്. പത്തുവർഷത്തിനുള്ളിൽ ഇരുപത് പതിപ്പുകൾ പുറത്ത് വന്നു. നോവലിറങ്ങി പത്ത് വർഷം പൂർത്തിയായപ്പോഴാണ് ഇങ്ങനെ ഒരുമിച്ചൊരു യാത്ര സാധ്യമായത്.

എൻമകജെ ഗ്രാമനിവാസിയും നോവലിലെ കഥാപാത്രവുമായ ശ്രീനിവാസ സ്വർഗ്ഗയിൽ ഞങ്ങളെ കാത്തുനിന്നിരുന്നു. മാറ്റങ്ങളൊന്നു മില്ലാതെ, വികസനത്തിന്റെ ഉയരങ്ങളൊന്നുമില്ലാതെ, ഒരു നൂറ്റാണ്ടി നപ്പുറത്തെ പൗരാണിക ചമയങ്ങളോടെ ഇരുകൈകളും നീട്ടി സ്വർഗ്ഗ ഞങ്ങളെ സ്വീകരിച്ചു. ഒരു കാലത്ത് സ്വർഗ്ഗം പോലെ ഫലഭൂയിഷ്ഠമായ ദേശമായിരുന്നു. പിന്നീടാണ് വിഷമഴയിൽ കുതിർന്ന് നരകദേശമാ യത്. നോവലിൽ ആവർത്തിച്ച് കടന്നു വരുന്ന സ്ഥലമാണ് സ്വർഗ്ഗ. വളരെ യാദൃച്ഛികമായിട്ടായിരുന്നു ശ്രീനിവാസയെ ആദ്യം കണ്ടുമുട്ടിയത്. ഗ്രാമത്തിലെ മുക്കും മൂലയും ചരിത്രവും മിത്തുമൊക്കെ അറിയാവുന്ന നിസ്വാർത്ഥനായ ഒരു മനുഷ്യൻ. കൊങ്ങിണിയും മറാട്ടിയും മലയാളവും കന്നടയും എൻമകജെയിലെ പൊതുഭാഷയായ തുളുവുമൊക്കെ നന്നായി നാവിന് വഴങ്ങുന്ന ചെറുപ്പക്കാരൻ. മധുരാജിന്റേയും സുഹൃത്ത്.

നിഷ്കളങ്കമായ, വിടർന്ന ചിരിയോടെ ശ്രീനിവാസ മുന്നോട്ടു വന്നു. ചോദിച്ചു.

• ശ്രീനിവാസനോടൊപ്പം

• നാടിനെ അറിയുന്ന ശ്രീനിവാസ

“ആദ്യം എവിടെയാണ് പോകേണ്ടത്?”

സംഭ്രമലേശമില്ലാതെ ഡോക്ടർ പറഞ്ഞു.

“ജടാധാരിക്കാവിലേക്ക്.”

ഞങ്ങൾ ജടാധാരിക്കാവിലേക്ക് നടന്നു. വിഷനാഗങ്ങൾ യഥേഷ്ടം വിഹരിക്കുന്ന നോവലിലെ ജടാധാരിക്കാവ് എന്റെ മനസ്സിൽ നിറഞ്ഞു.

ജടാധാരിക്കാവ്

കാട്ടുമരങ്ങളും വള്ളിപ്പടർപ്പുകളും തിങ്ങിനിറഞ്ഞ കുന്ന് കുത്തനെയിറങ്ങി, ചാഞ്ചാടുന്ന കവുങ്ങിൻ പാലം കടന്ന് അറ്റം കാണാത്ത കവുങ്ങിൻ തോട്ടത്തിലൂടെ ജടാധാരിക്കാവിലേക്ക് നടക്കുമ്പോൾ, ഏതാണ്ട് ഒരു വ്യാഴവട്ടക്കാലം മുമ്പ് ജടാധാരിക്കാവ് ആദ്യം കണ്ടപ്പോഴുണ്ടായ ഭയ സംഭ്രമങ്ങൾ ഓർമ്മ വന്നു. അല്പം അകലം പാലിച്ച് നിന്ന് ശ്രീനിവാസയാണ് അന്ന് ചൂണ്ടിക്കാണിച്ച് തന്നത്. തൊട്ടടുത്ത് പോകാൻ ശ്രീനിവാസയ്ക്കും ഭയമുള്ളത് പോലെ തോന്നി. ആകാശത്തേക്ക് എറിച്ചു നിന്ന ഒരു മലയുടെ താഴ്വാരത്തിലാണ് കാവ്. കാവിന് മുന്നിൽ കവുങ്ങിൻ തോട്ടം. കൊറുങ്കുമരങ്ങളും നക്കരച്ചെടികളും തിങ്ങിനിറഞ്ഞ കാവിനെ കാട്ടുവള്ളിപ്പടർപ്പുകൾ നിഗൂഢമായി പൊതിഞ്ഞ് പിടിച്ചിരുന്നു. ദുരൂഹമായ ഒരിടം പോലെ തോന്നി. ജടാധാരിത്തെയ്യത്തിന്റെ വിഷസർപ്പങ്ങൾ കാവിനകത്താണ് പാർക്കുന്നത്. ഏത് നിമിഷവും പത്തി വിരിച്ച് ഇറങ്ങി വന്നേക്കാം. നാട്ടുകാരുടെ വിശ്വാസം അതാണ്. ആരും അവിടെ തങ്ങി നിൽക്കാറില്ല. അതുകൊണ്ടാണ് നോവലിൽ പഞ്ചി കാവ് ചൂണ്ടിക്കാണിച്ച ശേഷം നീലകണ്ഠനോട് പറയുന്നത്:

“ബന്നീ ബന്നീ, ജടാധാരി കോപിത്ത്ണ്ട് എട്ങ്ങേറാകും”

വാസ്തവത്തിൽ അന്ന് ശ്രീനിവാസ എന്നോട് പറഞ്ഞതായിരുന്നു. ഇവിടെ അധികനേരം നിൽക്കരുത്. ജടാധാരി കോപിക്കും.

നൂറ്റാണ്ടുകൾക്ക് മുമ്പ് ശിവൊള്ളി ബ്രാഹ്മണർ ഒരു കീഴാളനെ ജീവനോടെ കുഴിച്ച് മൂടിയ സ്ഥലത്ത് മുളച്ചു പൊന്തിയ കാവാണ്.

• ജടാധാരിക്കാവിലേക്കുള്ള വഴിയിൽ

അടിയാളന്റെ ദുർമരണത്തോടെ ഗ്രാമത്തിൽ അനിഷ്ടസംഭവങ്ങൾ അരങ്ങേറി. കൊലചെയ്യപ്പെട്ടവൻ ശിവചൈതന്യത്തോടെ ജടാധാരിത്തെയ്യമായി. ഇരിക്കപ്പൊറുതിയും കിടക്കപ്പൊറുതിയും ഇല്ലാതായ ശിവൊള്ളി ബ്രാമണർ ഗ്രാമം വിട്ടോടി. ഏതെങ്കിലും ശിവൊള്ളിക്കാരൻ നാട്ടിലെത്തിയാൽ അന്നേരം വിഷനാഗങ്ങൾ പിന്നാലെയെത്തുമത്രേ! ശ്രീനിവാസ പറഞ്ഞതിന്റെ ചുരുക്കം ഇതാണ്. അന്ന് കാവിൽ കണ്ട മരങ്ങളും ചെടികളും തന്നെയാണ് നോവലിലും കടന്നുവന്നത്. എന്നാൽ

താഴ്വാരത്തിലുള്ള കാവിനെ നോവലിൽ ഞാൻ ജടാധാരി മലയുടെ മുകളിലേക്ക് പറിച്ചു നട്ടിരുന്നു.

നൂറ്റാണ്ടുകൾക്ക് മുമ്പ് ജൈനമത വിശ്വാസികളായ ബല്ലാളന്മാരായിരുന്നു എൻമകജെ വാണിരുന്നത്. അതിനു ശേഷമാവണം ബ്രാഹ്മണാധിപത്യം. മാവിലർ, മൊഗേർ, കൊറഗർ തുടങ്ങിയ ആദിമ നിവാസികളെല്ലാം കൃഷി യോഗ്യമല്ലാത്ത കാട്ടുപ്രദേശങ്ങളിലേക്ക് ആട്ടിയോടിക്കപ്പെട്ടു. ആദിപുരാതനകാലത്ത് എൻമകജെയുടെ യഥാർത്ഥ ഉടമകൾ ഇവരായിരുന്നു. മാവിലരുടെയും മറ്റും മൺകോട്ടകളുടെ അവശിഷ്ടങ്ങൾ അടുത്ത കാലം വരെ കാണാനുണ്ടായിരുന്നു. കീഴാളരുടെ ഈ കോളനികൾ സന്ദർശിച്ചതിന്റെ അനുഭവത്തിൽ നിന്നാണ് പഞ്ചി എന്ന നാട്ടു വൈദ്യൻ നോവലിൽ രൂപപ്പെട്ടത്.

ചതിയിൽ കൊല്ലപ്പെട്ട ധീരരായ കീഴാളരാണ് ഒട്ടുമിക്കപ്പോഴും തെയ്യങ്ങളായി പുനർജനിക്കുന്നത്. ജടാധാരിയായി മാറിയ ചെറുപ്പക്കാരനും അധിനിവേശത്തേയും അനീതിയേയും ധീരമായി ചെറുത്തിരിക്കണം. നമുക്കതിന്റെ ചരിത്രം അറിഞ്ഞുകൂടാ. ഒന്നു കുറേ നാന്നൂറ് തെയ്യങ്ങളിൽ ഏറെ സവിശേഷതകളുള്ള തെയ്യമാണ് ജടാധാരി. സ്വർണവും വെള്ളിയും കൊണ്ട് നിർമ്മിച്ച ഭാരിച്ച കിരീടം ഈ തെയ്യത്തിനേയുള്ളൂ. ഈ വിലയേറിയ ഭാരം മേലാളരുടെ പ്രായശ്ചിത്തമാകാം. തെയ്യം അരങ്ങിലെത്തുമ്പോൾ മറ്റൊരു തെയ്യത്തിനുമില്ലാത്ത വിധം ബസവ എന്നറിയപ്പെടുന്ന വരിയുടയ്ക്കാത്ത ഗംഭീരാകാരത്തോട് കൂടിയ കാള മുന്നിലുണ്ടാവണം. ബസവേശ്വരനായ ശിവന്റെ കാളയാണ് ബസവ. ഈ ഗ്രാമത്തിലേ ഉഗ്രമൂർത്തിയായ ജടാധാരിത്തെയ്യമുള്ളൂ. മറ്റു ഗ്രാമങ്ങളിൽ ഈ തെയ്യമാടിക്കാൻ പാടില്ല. അതേ സമയം മറ്റ് തെയ്യങ്ങൾക്ക് ഈ ഗ്രാമത്തിലേക്ക് പ്രവേശനവുമില്ല. സ്വർഗ്ഗ ഉൾപ്പെടുന്ന പെഡ്രെ വില്ലേജിലാണ് ജടാധാരി ഉറഞ്ഞു തുള്ളുന്നത്.

ആലോചിച്ചു നോക്കൂ, സ്വർഗ്ഗതുല്യമായ ഈ വില്ലേജിലെ കശുമാവിൻ തോട്ടങ്ങളിലാണ് കേരള കാർഷിക സർവ്വകലാശാലയും കേന്ദ്ര തോട്ടവിള ഗവേഷണ കേന്ദ്രവും ശുപാർശ ചെയ്തതിൻ ഫലമായി 1976 ൽ പരീക്ഷണാർത്ഥം എൻഡോസൾഫാൻ വിഷം ആദ്യമായി തളിച്ചത്! വിചിത്ര രൂപികളായ കുഞ്ഞുങ്ങളും അസാധാരണമായ രോഗങ്ങളും മൂന്നുകാലുള്ള കന്നുകാലികളും രണ്ട് തലയുള്ള മത്സ്യങ്ങളും പിറക്കാൻ തുടങ്ങിയപ്പോൾ പാവപ്പെട്ട നാട്ടുകാർ ഉറച്ചു വിശ്വസിച്ചു. ജടാധാരിയുടെ കോപമാണ്. ആദ്യം ഹാൻഡ്പമ്പിലും പിന്നീട് ഹെലികോപ്റ്ററിലും തളിച്ചത് 'മരുന്നാ'ണല്ലോ. 'മരുന്നി'നെ ആര് സംശയിക്കാൻ !

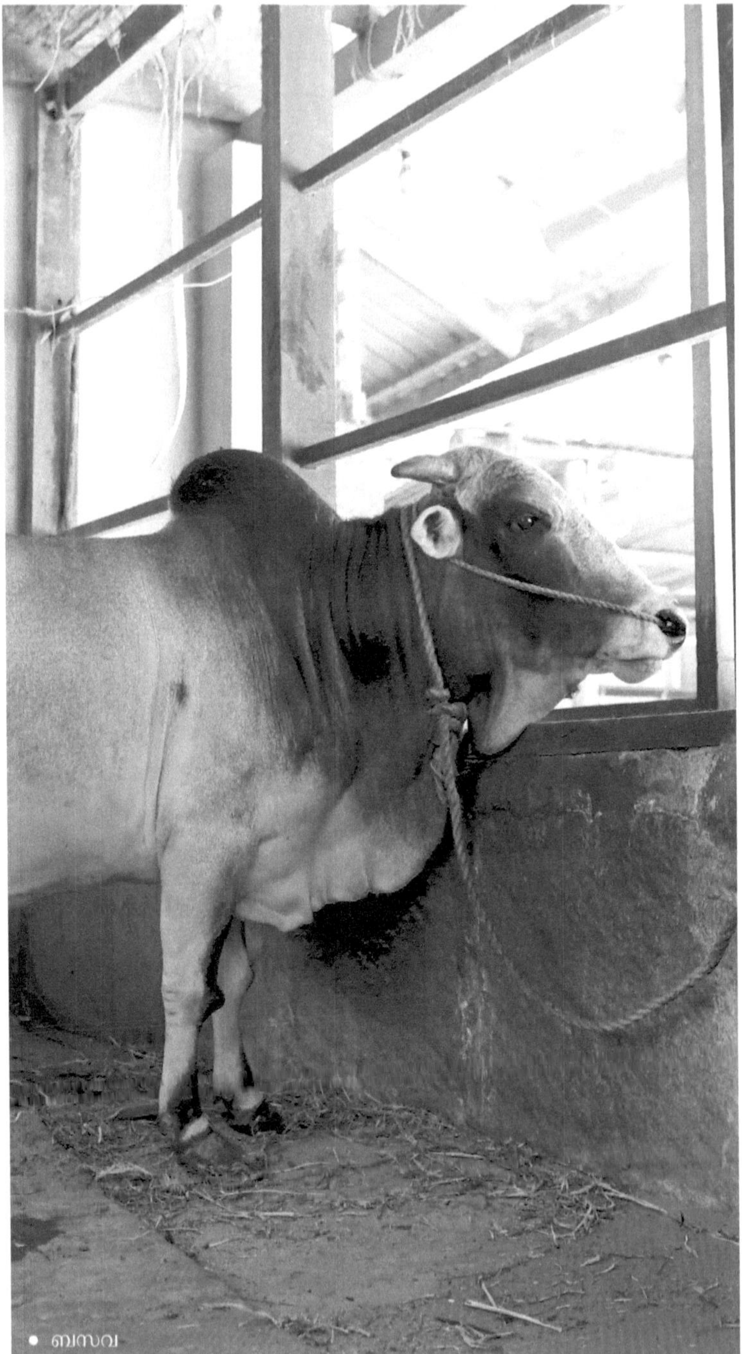

• ബസവ

ഉടലിൽ ഭസ്മം പുരട്ടി, കോപ്പിവരകൾ പോലെ അനക്കമറ്റ് നിന്ന ആയിരക്കണക്കിന് കവുങ്ങുകൾക്കിടയിലൂടെ അരമണിക്കൂറോളം നടന്നപ്പോൾ കാവ് പ്രത്യക്ഷപ്പെട്ടുകയായി. കാവിൽ നിന്നും നൂറ് മീറ്റർ അകലെ മല ഇടിച്ച നിരത്തിയ ഭാഗത്ത് പുതിയ ഒരു ക്ഷേത്രം തലപൊന്തിച്ച നിന്നിരുന്നു. കുന്നിന്റെ ചോര ഒഴുകുന്നത് പോലെ ചുവന്ന മണ്ണ് ചുറ്റും പരന്നിരുന്നു.

“ഇതെന്താ കാട്ടിനകത്ത് ഒരു പുതിയ കെട്ടിടം?

എന്റെ വിസ്മയത്തിന് നേർക്ക് ശ്രീനിവാസ പുഞ്ചിരിച്ചു.

“ജടാധാരിയുടെ ക്ഷേത്രമാണ്.”

രണ്ട് മാസം മുമ്പാണത്രെ കാവിൽ നിന്നും ജടാധാരിയെ ആവാഹിച്ച് കൊണ്ട് പോയി ക്ഷേത്രത്തിൽ പ്രതിഷ്ഠിച്ചത്.!

ഞങ്ങൾ കാവിന് നേർക്ക് നടന്നു.

കാവ് വല്ലാതെ മെലിഞ്ഞ് പോയത് പോലെ തോന്നി. ആവാഹനത്തിന്റെ വേളയിൽ ബ്രാഹ്മണരും മറ്റ് പരികർമ്മികളും യഥേഷ്ടം കാവിനകത്ത് കയറിയിരിക്കണം. കാവിന് ചുറ്റും ധാരാളം ഗരുഢക്കൊടിച്ചെടികൾ വളർന്നു നിന്നത് ശ്രീനിവാസ ചൂണ്ടിക്കാട്ടി. സർപ്പവിഷത്തിനുള്ള കൺകണ്ട മരുന്നാണ് ഗരുഢക്കൊടി. ഞാനാലോചിച്ചു പോയി. എന്തിനാണ് ഇവിടെ ഗരുഢക്കൊടിയിങ്ങനെ തഴച്ചു വളരുന്നത്?

കാവിനും തോട്ടത്തിനുമിടയിലുള്ള കുഞ്ഞ് നീരൊഴുക്കിലേക്ക് ഇറങ്ങിയ ശേഷം മധുരാജ് നിർഭയം കാവിലേക്ക് കയറി. ശ്രീനിവാസ വിലക്കുമെന്ന് കരുതിയെങ്കിലും അതുണ്ടായില്ല. അല്പം പരിഭ്രമം തോന്നിയെങ്കിലും ഞാനും പിന്നാലെ ചെന്നു. ശ്രീനിവാസ തോട്ടത്തിന്റെ വരമ്പിൽ തന്നെ നിന്നു. കാവിനുള്ളിലെത്തിയപ്പോൾ, അതിന്റെ ഇരുളിമയിൽ നിന്നപ്പോൾ പൗരാണികമായ ഏതോ കാലത്തിലെത്തിയ പോലെ ഞാൻ ഭ്രമിച്ചു. ചുറ്റും കൊറുങ്ക് മരങ്ങളും നക്കരെച്ചെടികളും ചൂരൽ വള്ളികളും. കാവിന് ഏതാണ്ട് നടുവിലായി, ജടാധാരിയെ-ആ കീഴാളനെ- ജീവനോടെ കുഴിച്ചു മൂടിയതിന് മേലെ വെച്ച വെട്ടു കല്ലുകൾ കാലപ്പഴക്കത്താൽ കറുത്തിരുണ്ടിരുന്നു. കയ്യിലുണ്ടായിരുന്ന നോവൽ പുസ്തകം ആ കല്ലറയുടെ മുകളിൽ ഞാൻ വിനയപൂർവ്വം സമർപ്പിച്ചു. പിന്നെ പ്രാർത്ഥനകളോടെ കല്ലറ തൊട്ടു.

എനിക്ക് ജടാധാരി ഒരു തെയ്യം മാത്രമല്ല. എൻമകജെ നോവലിലെ കഥാപാത്രം കൂടിയാണ്. ഈ ഗ്രാമത്തിലെത്തിയ ശേഷമാണ് ഇങ്ങനെയൊരു തെയ്യമുണ്ടെന്നറിയുന്നത്. കേരളത്തിലെ തെയ്യം ഗവേഷകരും മുമ്പ് ഇങ്ങനെ ഒരു തെയ്യത്തെ കേട്ടിട്ടില്ല. ഞാനോർത്തു.

• ജടാധാരികാവിൽ

തെയ്യമാകുന്നതിനു മുമ്പ് ആ കീഴാളൻ അനുഭവിച്ച മാനസിക സംഘർഷങ്ങൾ എത്രമാത്രമായിരിക്കണം!

ജടാധാരിതെയ്യം പിണങ്ങില്ലെന്ന വിചാരത്തോടെ അല്പ നേരം ആ കല്ലറയുടെ മുകളിൽ ഞാനിരുന്നു. ഇടയ്ക്ക് ചുറ്റുമുള്ള വള്ളിപ്പടർപ്പിലേക്ക് കണ്ണ് പായിച്ചുകൊണ്ട്. ജടാധാരിയുടെ വിഷസർപ്പങ്ങൾ പെട്ടെന്ന് പത്തി വിരിച്ച് വന്നു കളയുമോ? സത്യത്തിൽ ഭയമുണ്ടായിരുന്നു.

ഒന്നര ദശകം മുമ്പ് സ്വർഗ്ഗയിലെ ഒരു ബ്രാഹ്മണത്തറവാടിന് മുന്നിലിരുന്ന് ജടാധാരിത്തെയ്യം കാണാൻ അപൂർവ്വഭാഗ്യം ഉണ്ടായിരുന്നു. ഒരു തവണ മാത്രം. രാത്രിയോടെ അരങ്ങിലെത്തിയ തെയ്യം പുലരുന്നത് വരെ ഉറഞ്ഞാടി. ക്ഷുറ്റനൊരു ബസവയുടെ സാന്നിധ്യത്തിൽ.

മറക്കാൻ പറ്റാത്ത ഒരു രാത്രിയായുന്നു അത്. അതിന് മുമ്പോ ശേഷമോ അങ്ങനെയൊരു കളിയാട്ടത്തിൽ പങ്കെടുത്തിട്ടില്ല. രോഷാഗ്നിയിൽ ഉറഞ്ഞാടുന്ന തെയ്യം. തുളുവിലുള്ള ഉരിയാട്ടം. തറവാട്ട് കാരണവരായ ബ്രാഹ്മണനും തെയ്യവും തമ്മിലുള്ള സംഭാഷണവും തുളുവിലായിരുന്നു. പക്ഷെ അവർ നേരിട്ടല്ല സംസാരം. ഒരു ഇടനിലക്കാരനുണ്ടായിരുന്നു. അബ്രാഹ്മണൻ. തെയ്യം കാരണവരോട് പറയാനുള്ളത് ഇടനിലക്കാരനോട് പറയും. മറുപടി കാരണവർ അതുപോലെ ഇടനിലക്കാരന് നൽകും. നാടകീയമായിരുന്നു ആ രംഗം. പുലരാൻ നേരത്ത് സമാപന ഉറച്ചിലിനൊടുവിൽ തെയ്യം ബോധശൂന്യനായി നിലം പതിക്കുന്നു. ചെണ്ടക്കാരും മറ്റ് കോപ്പാളരും ചേർന്ന് തെയ്യത്തെ എടുത്ത് അണിയറയിലേക്ക് കൊണ്ടുപോകുന്നു. അരമണിക്കൂർ കഴിഞ്ഞ് ബോധമുണർന്ന അതേ തെയ്യക്കാരൻ തന്നെ കുറത്തിയമ്മയുടെ വേഷം ധരിച്ച് അരങ്ങിലേക്ക് വരുന്നു. ജടാധാരിയേയും കുറത്തിയേയും ഒന്നിച്ചു കഴിച്ചിട്ടു, കുറത്തി രക്ഷപ്പെട്ടു എന്നാണ് നാട്ടിൽ പ്രചാരത്തിലുള്ള കഥ. അഞ്ചു പത്ത് മിനിട്ടിനുള്ളിൽ കുറത്തിത്തെയ്യം അവസാനിക്കുമ്പോഴേക്കും പുലർ വെളിച്ചം വന്നു തുടങ്ങിയിരുന്നു.

ആ രാത്രി അവിസ്മരണീയമായതിന് പിന്നിൽ മറ്റൊരു പ്രധാന കാരണവും ഉണ്ടായിരുന്നു. രാത്രി ആ മുറ്റത്തെ പന്തലിൽ നിലത്തിരുന്ന് കഴിച്ച ഭക്ഷണം. ആ സദ്യവട്ടം മറക്കാൻ പറ്റില്ല ഒരിക്കലും. ബ്രാഹ്മണരാണ് ആദ്യത്തെ പന്തിയിൽ ഭക്ഷണം കഴിച്ചത്. പിന്നെ ക്രമത്തിൽ ഓരോ ജാതിയിൽപ്പെട്ടവർ പന്തലിലേക്ക് വരും. ഒരാൾ ഉറക്കെ ജാതിയുടെ പേര് വിളിച്ചു പറയും. ഞാൻ അന്ധാളിച്ചു നിൽക്കുമ്പോൾ വിളമ്പുകാരിൽ ഒരാൾ വന്ന് രഹസ്യമായി എന്നോട് ജാതി ചോദിച്ചു. ജാതി ചോദിക്കാനും പറയാനും പാടില്ല എന്നറിയാമെങ്കിലും ഞാൻ പെട്ടെന്ന് ജാതി പറഞ്ഞു. നല്ല വിശപ്പുണ്ടായിരുന്നു. അയാൾ പറഞ്ഞു.

• പുനപ്രതിഷ്ഠിച്ച ക്ഷേത്രം

• എൻമകജെയുടെ വഴികൾ

ഇരിക്കു, സമയമായിട്ടില്ല. ഏതാനും പന്തികൾ കഴിഞ്ഞപ്പോൾ അയാൾ വന്ന് എന്നെ ഒരു പന്തിയിലിരുത്തി. എനിക്കുശേഷം പല ജാതികൾ പല പന്തികളിലായി ഇരുന്ന് 'പന്തിഭോജനം' നടത്തി. ഞാൻ കണ്ണ് മിഴിച്ച് ചുറ്റും നോക്കി. ഞാനേത് നാട്ടിലാണ്? ഏത് കാലത്തിലാണ്?

ഒടുവിൽ അരങ്ങേറിയ ദൃശ്യമാണ് എന്നെ ഏറ്റവും അമ്പരപ്പിച്ചത്. വിവിധ ജാതികളെ ഇരുത്തിക്കഴിഞ്ഞപ്പോൾ വിളിക്കാരൻ ഒന്നുകൂടി ഉറക്കെ, ഇനിയാരെങ്കിലുമുണ്ടോ ഭക്ഷണം കഴിക്കാൻ എന്ന് തുളുവിൽ വിളിച്ചു ചോദിച്ചു. ഞാൻ ചുറ്റും നോക്കി. അന്നേരം വഴിക്കപ്പുറത്തെ കുറ്റിക്കാടുകൾക്കിടയിലെ ഇരുട്ടിൽ നിന്നും കുറേ കറുത്ത തലകൾ പൊന്തിവന്നു. അടിയാളരാണ്. ബ്രാഹ്മണ്യത്തിന്റെ മുറ്റത്തേക്ക് പ്രവേശനം നിഷേധിക്കപ്പെട്ട കീഴാളരാണ്. അവർ കുറേ പാത്രങ്ങൾ വഴിയിലേക്ക് നീക്കി വെച്ച് ഇരുട്ടിലേക്ക് പിൻമാറി നിന്നു. വിളമ്പുകാർ ചോറും കറികളും ആ പാത്രങ്ങളിലേക്ക് സ്പർശിക്കാതെ ചൊരിഞ്ഞു കൊടുത്തു. വിളമ്പുകാർ പിൻവലിഞ്ഞപ്പോൾ ഞാൻ കണ്ടത് നിറഞ്ഞ പാത്രങ്ങൾ തലയിലേന്തി ഇരുട്ടിലൂടെ നടന്നു മറയുന്ന ഒരു കൂട്ടം മനുഷ്യരെയാണ്. ഒരു കാലത്ത് ഈ നാടിന്റെ യഥാർത്ഥ ഉടമകളായിരുന്നവർ.

ഒരു നൂറ്റാണ്ടിന് മുമ്പ് പന്തിഭോജനം നടന്ന കേരളത്തിലല്ലേ ഞാൻ നിൽക്കുന്നത് എന്ന് എനിക്ക് സംശയം തോന്നിപ്പോയി.

ജടാധാരിക്കാവിൽ നിന്നിറങ്ങി ക്ഷേത്രത്തിലേക്ക് നടക്കുമ്പോൾ ശ്രീനിവാസ പറഞ്ഞു. എല്ലാ ജാതിക്കാരും പിരിവെടുത്തും പണിയെടുത്തുമാണ് ക്ഷേത്രം നിർമ്മിച്ചത്. ജാതിഭേദമേ ഉണ്ടായിരുന്നില്ല അപ്പോൾ. എന്നാൽ ക്ഷേത്ര നിർമ്മാണം പൂർത്തിയായി പ്രതിഷ്ഠാകർമ്മത്തിന് ഒരുക്കങ്ങൾ പൂർത്തിയായപ്പോൾ മേലാളർ തിട്ടൂരമിറക്കി. കീഴ്ജാതിക്കാരൊന്നും ക്ഷേത്ര മതിൽക്കെട്ടിനകത്ത് പ്രവേശിക്കരുത്. എന്നാൽ കീഴ്ജാതികളെല്ലാം സംഘടിക്കുകയും ബഹളമുണ്ടാക്കുകയും പ്രവേശനാനുമതി നേടുകയും ചെയ്തു. പക്ഷെ ജടാധാരിയുടെ യഥാർത്ഥ ഉടമകളായ അടിയാളർ എന്നിട്ടും മതിലിന് പുറത്ത് തന്നെ!

ഞങ്ങൾ ക്ഷേത്രത്തിന് മുന്നിലെത്തി. വലിയൊരു കുന്ന് ഇടിച്ചു നിരത്തി ക്ഷേത്രവും കൊടിമരവും ചുറ്റമതിലും നിർമ്മിച്ചിരിക്കുന്നു. ആർക്കെതിരെയാണോ ജടാധാരിത്തെയ്യം പ്രതിഷേധജ്വാലകളോടെ ഉറഞ്ഞുതിരിഞ്ഞതും ഉറഞ്ഞു തുള്ളിയതും, അതേ ബ്രാഹ്മണ്യം തന്നെ ഇന്ന് ജടാധാരിയെ പച്ച നിറഞ്ഞ കാവിൽ നിന്നും ആവാഹിച്ച് കൊണ്ട് വന്ന് ഒരു കോൺക്രീറ്റ് ക്ഷേത്രത്തിൽ പ്രതിഷ്ഠിച്ച് പൂജിക്കുന്നതിലെ വൈരുദ്ധ്യം വിചിത്രമാണ്. കുട്ടിച്ചാത്തൻ തുടങ്ങിയ പല തെയ്യങ്ങളുടെ വിധിയും മറ്റൊന്നല്ലല്ലോ.

ഉത്തര കേരളത്തിലെ കാവുകളെല്ലാം അതിവേഗം ക്ഷേത്രങ്ങളായി മാറിത്തുടങ്ങിയിരിക്കുന്നു. പൊതു ജനമറിയാതെ പുതിയ തരം ആര്യ നൈസേഷൻ നടപ്പിലാക്കാൻ തുടങ്ങിയിട്ട് കാലം കുറച്ചായി. പച്ചക്കാവുകളെല്ലാം വെട്ടിയും ചുട്ടും ഇല്ലാതാക്കി കോൺക്രീറ്റ് ക്ഷേത്രങ്ങളാക്കുന്നതിലെ പരിസ്ഥിതി വിരുദ്ധത, രണ്ട് പ്രളയങ്ങളും വരൾച്ചകളും വന്നിട്ടും മലയാളി തിരിച്ചറിയുന്നില്ല. കണ്ടിട്ടും കൊണ്ടിട്ടും പഠിക്കുന്നില്ല എന്നർത്ഥം. തെയ്യങ്ങളുള്ള തറവാടുകളിലെല്ലാം പുനഃപ്രതിഷ്ഠകളും ബ്രഹ്മകലശ മഹോത്സവങ്ങളും തകൃതിയായി നടക്കുന്നു. അഞ്ചും പത്തും ലക്ഷമാണ് ഓരോ തറവാടും ഇങ്ങനെയുള്ള ബ്രാഹ്മണപൂജാ ചടങ്ങുകൾക്ക് പാഴാക്കിക്കളയുന്നത്. തെയ്യങ്ങൾ പ്രതിഷ്ഠിക്കപ്പെടേണ്ടവരല്ല എന്നും ബ്രാഹ്മണപൂജ വേണ്ടവരല്ല എന്നും ഉള്ള സാമാന്യചിന്ത പോലും ഉല്ലംഘിക്കപ്പെടുന്നു.

ഉത്തര കേരളത്തിൽ ഈയിടെ നടന്ന പെരിയയിലെ കല്യോട്ട് പെരുങ്കളിയാട്ടം ജനപങ്കാളിത്ത ത്തിന്റേയും പരിസ്ഥിതി വിവേകത്തിന്റേയും നടത്തിപ്പിന്റേയും ഒക്കെ കാര്യത്തിൽ മാതൃകാപരവും അഭിനന്ദനീയവുമായിരുന്നു. പക്ഷെ കളിയാട്ടത്തോടനുബന്ധിച്ച് ഇവിടെ കൊടിയേറ്റം എന്ന ചടങ്ങ് നടന്നു. ക്ഷേത്രാങ്കണങ്ങളിലാണ് പൊതുവേ കൊടിയേറ്റം നടക്കാറുള്ളത്. ആദ്യമായിട്ടാണ് ഒരു തെയ്യസ്ഥലത്ത് കൊടിയേറ്റം നടന്നത്. ആര്യനൈസേഷന്റെ പടയോട്ടക്കാലത്ത് ബൗദ്ധ-ജൈന പ്രമുഖരെ കഴുവിലേറ്റിയതിന്റെ ചിഹ്നമായി ക്ഷേത്രത്തിലെ കൊടിയേറ്റം വ്യാഖ്യാനിക്കപ്പെട്ടിട്ടുള്ളത് ഓർക്കുക. നവബ്രാഹ്മണ്യത്തിന് കീഴ്പ്പെടുന്ന ഒരു മാനസിക രോഗം വളരെ പെട്ടെന്ന് അവർ പോലുമറിയാതെ വിശ്വാസികൾക്കിടയിൽ ഇന്ന് വ്യാപിക്കുന്നുണ്ട്.

ക്ഷേത്രം ചുറ്റി നടന്ന് കണ്ട് പുറത്തേക്ക് വരുമ്പോൾ തൊട്ടപ്പുറത്ത് താൽക്കാലികമായി നിർമ്മിച്ച ചെറിയ വീടിന് മുന്നിൽ ഒരു ഷർട്ടിടാത്ത മധ്യവയസ്കൻ ഞങ്ങളെ ശ്രദ്ധിക്കുന്നുണ്ടായിരുന്നു. ശ്രീനിവാസ പറഞ്ഞു. ക്ഷേത്രത്തിലെ പൂജാരിയാണ്. ജടാധാരിയെക്കുറിച്ച് കുറച്ച് സംശയങ്ങൾ ചോദിക്കാനുണ്ട് എന്നു പറഞ്ഞ് മുന്നോട്ട് നീങ്ങിയ എന്നെ ശ്രീനിവാസ തടഞ്ഞു.

“വേണ്ട സാറേ. പൂജാരി മിണ്ടാട്ടമില്ലാത്ത മനുഷ്യനാണ്. ബധിരനും മൂകനുമാണ്.”

കവുങ്ങിൻ തോട്ടത്തിലൂടെ തിരിച്ചു നടക്കുമ്പോൾ മനസ്സിൽ തെളിഞ്ഞു. പ്രതികരണങ്ങളില്ലാതെ, മനുഷ്യരെല്ലാം ബധിരരും മൂകരുമായി മാറിക്കൊണ്ടിരിക്കുന്ന കാലമാണ്.

വനശാസ്താവ്

ജൈനപാരമ്പര്യം പോലെ ബൗദ്ധപാരമ്പര്യവും എൻമകജെയിൽ ആഴത്തിൽ വേരോടിയിരുന്നതിന്റെ അടയാളമാണ് സ്വർഗ്ഗയിലെ വനശാസ്താവിന്റെ ആരൂഢസ്ഥാനം. ശാസ്താവ് ബുദ്ധനാണ് എന്ന് കേസരി ബാലകൃഷ്ണപ്പിള്ള പ്രസ്താവിച്ചിട്ടുണ്ട്. ബുദ്ധമതത്തെ നിഷ്കാസനം ചെയ്തിട്ടാവാം ഒരു പക്ഷെ ജൈനമത വിശ്വാസികളായ ബല്ലാളന്മാർ എൻമകജെയുടെ മേൽക്കോയ്മ നേടിയത്.

നോവൽ എഴുതുന്നതിനിടയിൽ ഒരിക്കൽ ശ്രീനിവാസയോടൊപ്പം വനശാസ്താവിന്റെ ഇരിക്കസ്ഥാനം തേടിച്ചെന്നത് ഓർമ്മിച്ചു പോകുന്നു. അവിടെയെത്തിയപ്പോൾ പുരാതനമായ ഏതോ നൂറ്റാണ്ടിലാണ് എത്തിച്ചേർന്നത് എന്ന് തോന്നിയിരുന്നു. കറുകറുത്ത കൂറ്റൻ പാറക്കല്ലുകൾക്കിടയിലൂടെ തെളിഞ്ഞൊഴുകുന്ന ഒരു അരുവി. ഒറ്റനോട്ടത്തിൽ, വെള്ളം കുടിക്കാൻ വന്ന ആനക്കൂട്ടമാണോയെന്ന് തോന്നിപ്പോയി. വനശാസ്താവിനെ പ്രതിഷ്ഠിച്ച തറയുടെ മുകളിൽ ആകാശം മുട്ടെ വളർന്നു പന്തലിച്ച കൂറ്റനൊരു ആൽമരം. അത്ര വലിയൊരു ആൽമരം ഞാൻ കണ്ടിട്ടുണ്ടായിരുന്നില്ല. നൂറ്റാണ്ടുകൾക്ക് മുമ്പേ തണൽ വിരിച്ച് നിൽക്കുന്നുണ്ടായിരിക്കണം. പല പല മത വിശ്വാസികൾ അതിന് ചുവട്ടിലെ നിഴലിൽ വന്നു കിടന്ന് ഉറങ്ങിയിരിക്കണം. ആൽമരത്തിന്റെ ശാഖകളിലെല്ലാം കുരങ്ങൻമാർ യഥേഷ്ടം കേളിയാടുന്നുണ്ടായിരുന്നു. ഒരു കൊടും കാടിന് നടുവിൽ എത്തിച്ചേർന്ന പ്രതീതി. പക്ഷികൾ പാടുന്നുണ്ടായിരുന്നു. അരുവി തുള്ളിച്ചാടുന്നതിന്റെ ഒച്ചയും ശ്രദ്ധിച്ചാൽ കേൾക്കാമായിരുന്നു.

• വനശാസ്താവിന്റെ ആരൂഢം

എൻമകജെയിലെ ഒരു കർഷകൻ

വാസ്തവത്തിൽ ഈ ആൽമരത്തെ കണ്ടനുഭവിച്ചതിന്റെ ഓർമ്മയിലാണ് ഞാൻ നോവലിലെ ജടാധാരിമലയിലെ ആൽമരത്തെ സൃഷ്ടിച്ചത്. കഥാനായകനായ നീലകണ്ഠൻ 'നാഗമരം' എന്ന് പേരിട്ട് വിളിച്ചു. നീലകണ്ഠന്റെ ആദ്യത്തെ കാഴ്ച നോവലിൽ ഇങ്ങനെയാണ്:

"തലകീഴായി തൂടങ്ങിക്കിടക്കുന്ന നാഗങ്ങളെപ്പോലെ നൂറായിരം വേരുകൾ ആൽമരത്തിനുണ്ടായിരുന്നു. ശിഖരങ്ങളിലും തടിയിലുമെല്ലാം ചുറ്റിപ്പിടിച്ച് കയറുന്ന പാമ്പുകൾ പോലെ എണ്ണമറ്റ ചെറുശാഖകളും. പാമ്പുകൾ ഒന്നിച്ച് പത്തിവിരിച്ച വിധം ആലിലകൾ ആകാശത്തിലേക്ക് തല നീട്ടി ഓരോ കാറ്റിലും ഇളകി വിറച്ചു..."

കാട്ടുപൊന്തത്തലപ്പുകൾ വകഞ്ഞ് മാറ്റിക്കൊണ്ട് ഊടുവഴിയിലൂടെ ഞങ്ങൾ വനശാസ്താവിന്റെ ഇരിക്കസ്ഥലത്തേക്ക് നടന്നു. അവിടെ എത്തിച്ചേർന്നപ്പോൾ ഞാനാകെ ഹതാശനായിപ്പോയി. മനസ്സിൽ നിശ്ശബ്ദമായ നിലവിളി ഉയർന്നു. ഹരിതമോഹനമായി മനസ്സിലുണ്ടായിരുന്ന സ്ഥലമല്ല മുന്നിൽ! ചുട് കാട് പോലെ തോന്നി. പടുകൂറ്റനായ ആൽമരത്തിന്റെ പൊടിപോലുമുണ്ടായിരുന്നില്ല. മരം മുറിച്ചു മാറ്റിയ സ്ഥലത്ത് വനശാസ്താവിന് കോൺക്രീറ്റിൽ ക്ഷേത്രം പൊങ്ങിയിരിക്കുന്നു! പണി തീരുന്നതേയുള്ളൂ. മരത്തിൽ ഓടിച്ചാടി നടന്ന കുരങ്ങൻമാർ ഒന്നു പോലും അവശേഷിച്ചിരുന്നില്ല. (ആ കുരങ്ങൻമാരിൽ നിന്നും ഒരാളെയാണല്ലോ സുഗ്രീവനെന്ന് പേരിട്ട് ഞാൻ നോവലിൽ പോറ്റിയത്.) കാട്ടാനകൾപോലെ തോന്നിച്ച പാറക്കൂട്ടങ്ങളും കാണാനില്ല. പാറക്കല്ലുകൾക്കിടയിലൂടെ പച്ചക്കാടിന്റെ വെള്ളിപാദസരം പോലെ ഒഴുകിയിരുന്ന അരുവിയും എങ്ങോ അപ്രത്യക്ഷമായി...

ആകെ സങ്കടപ്പെട്ട് തലയിൽ കൈവെച്ച് നിൽക്കുന്ന എന്റെ അരികിലേക്ക് ശ്രീനിവാസ വന്നു.

"സാറേ, വനഭോജനം മതി, കെട്ടിടങ്ങൾ വേണ്ട എന്ന് ദേവപ്രശ്നത്തിൽ ഉണർത്തിച്ച ദേവനാണ് വനശാസ്താവ്. പക്ഷേ, ദൈവത്തിന്റെ ആഗ്രഹങ്ങൾക്ക് മനുഷ്യൻ ഒരു വിലയും കല്പിക്കുന്നില്ലല്ലോ."

ഭാരമുള്ളൊരു വിചാരം എന്റെ തിരിച്ചു നടപ്പിനെ സാവധാനത്തിലാക്കി. ഒരിക്കലും എഴുതില്ല എന്നു തീരുമാനിച്ചുറപ്പിച്ച വിഷയം ഒടുവിൽ നോവലായി എഴുതാൻ തീരുമാനിച്ചപ്പോൾ എൻമകജെ ഗ്രാമത്തിലെ പ്രകൃതി വൈവിധ്യങ്ങളിലൂടെ, മിത്തുകളിലൂടെ സഞ്ചരിക്കാൻ ഉദ്യമിച്ചു. അങ്ങനെയാണ് മരത്തിനടിയിൽ കുടികൊള്ളുന്ന ശാസ്താവിനെ കണ്ടെത്തിയത്. ദുരന്തബാധിതരുടെ വീടുകളൊന്നും നോവൽ എഴുതുന്ന ഘട്ടത്തിൽ സന്ദർശിക്കില്ലെന്നും തീരുമാനിച്ചിരുന്നു. അല്ലാതെ തന്നെ

വേദന കുടിച്ചിറക്കുന്ന എത്രയോ കുഞ്ഞുങ്ങളും അമ്മമാരും മനസ്സിൽ നിറച്ചുണ്ടല്ലോ.

നോവൽ പ്രസിദ്ധീകരിച്ച ശേഷമാണ് ഞാൻ എൻമകജെ ഗ്രാമത്തിലേക്ക് കൂടുതൽ തവണ വന്നത്. നോവലിലെ ദേശത്തെ മറക്കാൻ പറ്റാതായി. സമരങ്ങളുണ്ടാകുമ്പോഴും കുഞ്ഞുങ്ങൾക്ക് ചികിത്സാ സൗകര്യം വേണ്ടി വന്നപ്പോഴും ദുരന്ത ബാധിതർ മരിക്കുമ്പോഴുമൊക്കെ രണ്ടര മണിക്കൂർ ദൂരത്ത് നിന്ന് എത്രയോ തവണ ഓടി വന്നിട്ടുണ്ട്. പക്ഷെ അപ്പോഴൊന്നും ജടാധാരിയേയും വനശാസ്താവിനേയുമൊന്നും

ഓർക്കാനായില്ല, സന്ദർശിക്കാനായില്ല. പരിസ്ഥിതി വിവേകമില്ലാത്ത ഈ വികസന സങ്കല്പം ഈ ഗ്രാമത്തിൽ മാത്രമല്ല കേരളമാകെ സാംക്രമിക രോഗം പോലെ പടർന്നു കഴിഞ്ഞിരിക്കുന്നു. കാവ് തീണ്ടരുത് എന്ന് ആവർത്തിച്ച് നിമന്ത്രിച്ച സുഗതകുമാരി മരണപ്പെട്ട പ്പോൾ അവരുടെ തറവാട് മുറ്റത്തെ കാവ് തന്നെ വെട്ടിമാറ്റി കോൺ ക്രീറ്റ് ചെയ്തവരാണ് മലയാളികൾ. ലോകത്തിൽ മലയാളികൾക്കേ ഇങ്ങനെ ചെയ്യാനാവൂ.

സാക്കീജാലും പൂക്കാരെക്കല്ലും

എൻമകജെയിൽ സാക്കീജാലുകൾ പലതുണ്ടെങ്കിലും പൂക്കാരെക്കല്ല് ഒന്നേയുള്ളൂ. പുരാതനകാലത്തെ അടിയാള ജീവിതത്തിന്റെ ആരാധനയുടെ അവശിഷ്ടങ്ങൾ. അധിനിവേശത്തെത്തുടർന്ന് പലായനം ചെയ്യേണ്ടി വന്ന കീഴാളരുടെ കണ്ണീരോർമകൾ.

കോടങ്കിരിത്തോടിന് കരയിലുള്ള സാക്കീജാലും പൂക്കാരെക്കല്ലും കാണുവാനായി ഞങ്ങൾ പുറപ്പെട്ടു. സ്വർഗ്ഗയിൽ നിന്നും വാണിനഗറിലേക്ക് പോകുന്ന വഴിക്കാണ്. വണ്ടിയിൽ നിന്നിറങ്ങി അരമണിക്കൂറോളം നടക്കണം, കവുങ്ങിൻ തോട്ടങ്ങളിലൂടെ.

മുത്തക്കയുടെ വീട്ടിലേക്കുള്ള വഴികൂടിയാണിത്. എത്ര തവണ ഈ വഴി നടന്നിട്ടുണ്ടെന്ന് പറയാനാവില്ല. ആദ്യം മുതലേ ശ്രദ്ധിച്ച, സവിശേഷമായ ഒരു കാര്യമുണ്ട്. കവുങ്ങിൻ തോട്ടങ്ങൾക്കിടയിൽ അവിടവിടെ ചെമ്പരത്തി വേലികളാണ്. കടും പച്ച നിറമുള്ള ഇലകളാലും ചുവന്ന പൂക്കളാലും വിരുന്നുകാർക്ക് ലോഭമില്ലാതെ സ്വാഗതച്ചിരികൾ ഉതിർക്കുന്ന ജൈവ വേലികൾ! നോവലിൽ ഇങ്ങനെ എഴുതി:

"മുള്ളുകളില്ലാത്ത, എപ്പോഴും പുഷ്പിക്കുന്ന അതിർത്തികൾ.''

അതോർമ്മിച്ച് ഇലകളിലും പൂക്കളിലും തലോടിക്കൊണ്ട് അങ്ങനെ നടക്കുമ്പോൾ മൂർച്ചയുള്ള ദംഷ്ട്രപോലെ എന്തോ ഒന്ന് എന്റെ വിരലിൽ കൊണ്ടു. വേദനയോടെ കൈ പിൻവലിച്ച് വേലിയിലേക്ക് ഉറ്റുനോക്കി. അതെ, പച്ചപ്പിന് പിന്നിൽ ഇരുമ്പിന്റെ പുതിയ മുള്ള്വേലികൾ മറഞ്ഞിരിപ്പുണ്ട്.

എൻഡോസൾഫാൻ വിഷം ചീറ്റിയ കാൽനൂറ്റാണ്ടുകാലം കോടങ്കിരിത്തോട്ടിൽ മത്സ്യങ്ങളും തവളകളും മറ്റ് ജലജീവികളും ഉണ്ടായിരുന്നില്ല. എല്ലാം ചത്തൊടുങ്ങിയിരുന്നു. എൻമകജെയിൽ ഒരു കാക്കയെപ്പോലും കാണാനുണ്ടായിരുന്നില്ലെന്ന് ശ്രീപെദ്രെ പറയുമായിരുന്നു. നോവലിൽ ആവർത്തിച്ച് കടന്നു വന്ന കോടങ്കിരിത്തോടിന്റെ കരയിൽ നിന്ന് ഞാൻ താഴോട്ട് നോക്കി. കണ്ണീര് പോലെ മെലിഞ്ഞൊഴുകുന്ന വെള്ളത്തിൽ ചെറുമീനുകൾ പായുന്നുണ്ട്. രണ്ട് ദശകക്കാലമായല്ലോ വിഷം തളിക്കുന്നത് നിർത്തിയിട്ട്. ജീവജാലങ്ങളൊക്കെ പ്രകൃതിയിൽ തിരിച്ചെത്തിയിട്ടുണ്ട്. സൂക്ഷിച്ച് നോക്കിയപ്പോൾ കണ്ടു. വെള്ളത്തിന് മീതെ നാലു കാലുകളിൽ പൊങ്ങി നിന്ന് 'എഴുത്തച്ഛന്മാർ' ഏതോ മഹാകാവ്യം എഴുതിത്തീർക്കാൻ വെമ്പുകയാണ്. കണ്ണീരിൽ കുതിർന്ന നീണ്ട കഥകളായിരിക്കുമോ? അതോ, അതിജീവനത്തിന്റെ കിളിപ്പാട്ടുകളാണോ തേച്ച് മിനുക്കുന്നത്?

പണ്ട് കണ്ടത് പോലെ സാക്കീജാൽ തോടിനിരുവശത്തുമായി തകർന്നു കിടക്കുകയാണ്. സാക്കീജാൽ എന്നാൽ സത്യത്തിന്റെ പടികൾ എന്നാണർത്ഥം. സത്യത്തിന്റെ പതിനാറ് പടികൾ. കവുങ്ങിൻ തോട്ടം നിർമ്മിച്ചവർ (ബ്രാഹ്മണരുടെ കൂടെയാണ് കവുങ്ങ് കൃഷി ഉത്തരകേരളത്തിലേക്ക് കടന്നുവന്നത് എന്ന് വിശ്വസിക്കപ്പെടുന്നു) വളരെ കൃത്യമായി സാക്കീജാൽ തകർത്തിട്ടാണ് തോടിന്റെ ഗതിമാറ്റിയത്. അതിനു തെളിവായി തോടിന്റെ ഇപ്പുറത്ത് രണ്ട് പടികളും മറുവശത്ത് ഉയരത്തിൽ രണ്ട് പടികളും അവശേഷിച്ചിരിക്കുന്നത് ഇപ്പോഴും കാണാം.

• സാക്കിജാലിലേയ്ക്കുള്ള വഴി

• കുറത്തിയമ്മയുടെ കോവിൽ

എൻമകജെയിലെ സാക്കീജാല്യകളിൽ ഏറ്റവും പ്രസിദ്ധി ഇതിനായിരുന്നുവത്രെ. പതിനാറ് സത്യപ്പടികൾ കയറി മുകളിലെത്തിയാൽ ചെറിയ ഒരു കോവിലുണ്ട്. ഗുളികൻ തെയ്യത്തിന്റേയും കുറത്തിയമ്മയുടെയും ആരൂഢസ്ഥാനം. നാട്ടിലൊരു തർക്കമുണ്ടായാൽ പതിനാറ് പടികൾ കയറി കോവിലിന് മുന്നിൽ നിന്ന് സത്യം ഉറക്കെ പറയണം. അസത്യമാണ് പറയുന്നതെങ്കിൽ പറഞ്ഞ മനുഷ്യൻ തിരിച്ച് പടിയിറങ്ങില്ലത്രേ! അവിടെത്തന്നെ കുഴഞ്ഞ് വീണ് മരിക്കും. അതാണ്

വിശ്വാസം. തുളു നാട്ടിലെ തെയ്യത്തിന്റെ ഉരിയാട്ടം ഇതിനോട് ചേർത്ത് വായിക്കണം.

"സത്യൊാദ, ദൈവയാന്, സത്യൊാദ ഐന്താള് നികുള്, സത്യൊാദ മണ്ണ് ഉംദു; ഈ ഊറ്ഡ് സത്യൊാ അത്തന്തെ അസത്യൊാ കോഡ്യത്തറെ ബുഡായോ! സത്യൊാന്ദ നമ്പുലേ!"

("ഞാൻ സത്യമായ ദൈവം. നിങ്ങളൊ സത്യപാലകരായ ആളുകൾ. ഇതോ സത്യദേശം. ഈ മണ്ണിൽ സത്യമല്ലാതെ അസത്യം ഒരിക്കലും

തല പൊക്കില്ല. തല പൊക്കാൻ ഞാൻ സമ്മതിക്കില്ല. സത്യത്തെ നിങ്ങൾ വിശ്വസിച്ചോളൂ...'')

സത്യത്തിന്റെ ഈ നാട്ടിലാണ് 'മരുന്ന്' എന്ന ഓമനപ്പേരിൽ അസത്യം വിളയാടിയത്. എല്ലാ നിയമങ്ങളും കാറ്റിൽ പറത്തിക്കൊണ്ട് കാൽനൂറ്റാണ്ടുകാലം കേന്ദ്ര-കേരള ഭരണകൂടങ്ങളുടെ ഒത്താശയോടെയാണ് പ്ലാന്റേഷൻ കോർപ്പറേഷൻ എൻഡോസൾഫാനെന്ന കൊടും വിഷം ഈ സത്യദേശത്തിൽ കോരിയൊഴിച്ചുകൊണ്ടിരുന്നത്. തുളുനാടിന്റെ 'സത്യാനന്തരകാല'ത്തിന്റെ തുടക്കം അതായിരുന്നു. എൻഡോസൾഫാൻ വിഷമല്ലെന്നും പച്ചവെള്ളത്തിന് തുല്യമാണെന്നുമുള്ള വ്യാജസ്തുതികളാൽ 'കീട സയന്റിസ്റ്റുകൾ' സത്യാനന്തര കാലത്തിന് ചമയങ്ങളൊരുക്കുന്നു. കോടാനുകോടി ജീവജാലങ്ങൾ നിലംപരിശായതും നൂറ് കണക്കിന് കുഞ്ഞുങ്ങൾ നരകയാതന അനുഭവിച്ചതുമെല്ലാം അവർക്ക് മംഗളം നോവലിലെ കഥകളാണത്രെ! ഞങ്ങൾ കൃഷിമാഷന്മാരാണ് ശാസ്ത്രത്തിന്റെ അവസാനവാക്ക് എന്നവർ അസത്യത്തിന്റെ കുപ്പായമിടുന്നു. കാസർകോട്ടെ വിഷദുരന്തം ശാസ്ത്രീയമായി പഠിച്ച

• സാക്കിജാലിന്റെ അവശേഷിച്ച കല്പടവുകൾ

ഡോ.രവീന്ദ്രനാഥ് ഷാൻഭോഗ്, ഡോ.വൈ.എസ്. മോഹൻകുമാർ, ഡോ. സതീഷ് രാഘവൻ, ഡോ. ജയകൃഷ്ണൻ തുടങ്ങിയവരുടെ ആധികാരിക പഠനങ്ങളെ ഇവർക്ക് പരിഹാസമാണ്. ഇന്ത്യയിലെ ഏറ്റവും ആധികാരിക പഠന സംഘങ്ങളായ NIOH,CSE തുടങ്ങിയവർ കാസർകോട് നടത്തിയ ശാസ്ത്രീയ പഠനങ്ങളും ഈ കൃഷിമാഷന്മാർക്ക് പുച്ഛമാണ്. ഈ വിഷത്തിന്റെ മാരകത്വം വിളംബരം ചെയ്യുന്ന ആയിരത്തഞ്ഞൂറിലധികം ശാസ്ത്രീയ പഠനങ്ങൾ ലോകത്താകമാനം ഉണ്ടായിട്ടുണ്ട്. അത് ബോധ്യപ്പെട്ടിട്ടാണ് മിക്കവാറും ലോകരാജ്യങ്ങളെല്ലാം തന്നെ എൻഡോസൾഫാൻ നിരോധിച്ചത്. ദേശീയ മനുഷ്യാവകാശകമ്മീഷനും സുപ്രീം കോടതിയും ഇത് ബോധ്യപ്പെട്ട് ദുരിത ബാധിതർക്ക് സഹായം നൽകണമെന്ന് പ്രഖ്യാപിച്ചതാണ് പല തവണ. എന്നിട്ടും കൃഷി പണ്ഡിതന്മാർക്ക് പച്ചവെള്ളം പോലെ പരിശുദ്ധമാണ് ഈ വിഷം. അധികാര സ്ഥാനത്തിരിക്കുന്നവർ ഇങ്ങനെ കൊടും നുണകൾ വിളിച്ചു പറഞ്ഞു കൊണ്ടേയിരിക്കുമ്പോഴും രാഷ്ട്രീയ പാർട്ടികൾക്ക് ഒരു മിണ്ടാട്ടവുമില്ല.

• പൂക്കാരെക്കല്ലിൽ ചെമ്പരത്തി പൂവും നാണയവും ഇടുന്ന വഴിപോക്കർ

• സാക്കീജാലിന്റെ അടുത്തുള്ള വീട്ടിലെ പെൺകുട്ടി

കാലപ്പഴക്കത്താൽ കറുത്തിരുണ്ട ആദ്യത്തേയും അവസാനത്തേയും സത്യപ്പടികൾ മുഖം പൊത്തിച്ച് എന്നെ ദയനീയമായി നോക്കിക്കൊണ്ടിരുന്നു.

കോടങ്കിരിത്തോടിന്റെ കരയിൽ, പത്തിരുപത് മീറ്റർ അപ്പുറത്താണ് 'പൂക്കാരെക്കല്ല്'. ~ഒന്നരയടി ഉയരമുള്ള വെങ്കല്ല്. കുറത്തിയമ്മത്തെയ്യം തന്റെ അരിവാളിന് മൂർച്ച കൂട്ടിയിരുന്ന കല്ലാണത്രെ. കൃഷിദേവതയായ കുറത്തിയമ്മയുടെ വെങ്കല്ലിനു മേൽ പ്രാർത്ഥനയോടെ വഴിപോക്കർ വെയ്ക്കുന്ന ചെമ്പരത്തികളും നാണയത്തുട്ടുകളും എന്നും കാണും. കീഴാളരുടെ തെയ്യമായ കുറത്തിയമ്മയുടെ അനുഷ്ഠാനങ്ങളിൽ [illegible] നെൽകൃഷി വായിച്ചെടുക്കാം. വിതയ്ക്കലും കൊയ്യലും കറ്റകെട്ടലും മെതിക്കലും പാറ്റലുമെല്ലാം [illegible] പവിത്രതയോടെ ചെയ്യും. അരിവാൾ എപ്പോഴും കയ്യിൽ കാണും. മൂർച്ച കൂട്ടാൻ വെങ്കല്ല് വേണം. ഞാൻ ചുറ്റും നോക്കി. കവുങ്ങിൻ തോട്ടങ്ങൾ മാത്രം. നെൽവയലുകളില്ല! നെൽവയലുകൾക്ക് മേൽ കവുങ്ങിൻ തോട്ടങ്ങളുടെ-ചെറിയ ഉയരങ്ങൾക്ക് പകരം വലിയ ഉയരങ്ങളുടെ-അധിനിവേശം. കീഴാളനുമേൽ മേലാളൻ നടത്തിയ പടയോട്ടങ്ങൾ. തിരുവിതാംകൂറിൽ 'കുളം തോണ്ടി'യത് പോലെ ഇവിടെ സത്യപ്പടികൾ തകർത്ത് തോട് തോണ്ടിയത് ആരാണ്? ഈ പുരാതനമായ വെങ്കല്ലിന് നാവുണ്ടായിരുന്നെങ്കിൽ

നെഞ്ച് പൊള്ളിക്കുന്ന എത്രയെത്ര കഥകൾ പറഞ്ഞേനെ!

നോവലിൽ നീലകണ്ഠന് പൂക്കാരെക്കല്ല് ആദ്യമായി ചൂണ്ടിക്കാണിച്ചു കൊടുത്ത് പഞ്ചി പറയുന്നുണ്ട്. കുറത്തിയമ്മ വിളിച്ചാൽ വിളിപ്പുറത്ത് വരുന്ന ശക്തി ദേവതയാണ്. അത് കേട്ടപ്പോൾ നീലകണ്ഠൻ വേലിയിൽ നിന്നും ഒരു ചെമ്പരത്തി പറിച്ചെടുത്ത് വിനീതമായി കല്ലിന് മേൽവെച്ച് ഇങ്ങനെ ധ്യാനനിമഗ്നനാവുന്നുണ്ട്:

“ഇന്നു വരെ ഞാൻ ഒരു ദൈവത്തിന് മുന്നിലും തൊഴുതു നിന്നിട്ടില്ല. പ്രാർത്ഥിച്ചിട്ടില്ല. ഒരു ദിവ്യശക്തിയിലും വിശ്വസിച്ചിട്ടില്ല.

എങ്ങനെയാണ് പ്രാർത്ഥിക്കേണ്ടത്? എന്താണ് പ്രാർത്ഥിക്കേണ്ടത്? ആഗ്രഹിക്കുന്നതിനു പകരം കനത്തൊരു ചോദ്യമാണ് മനസ്സിലുയർന്നത്.

അമ്മേ! നിന്റെ മക്കളിങ്ങനെ നരകിച്ച് കഴിയുമ്പോൾ നീയെന്താണിങ്ങനെ ഒരു കല്ല് പോലെ നിർവികാരയായി നോക്കി നിൽക്കുന്നത്?”

എപ്പോഴുമെന്ന പോലെ ഒരു ചെമ്പരത്തിപ്പൂവ് ഞാൻ കുറത്തിക്കല്ലിന്മേൽ പറിച്ചുവെച്ചു. ഹതഭാഗ്യരായ എല്ലാ കുഞ്ഞുങ്ങളുടെയും ആത്മശാന്തിക്കുവേണ്ടി. സ്വർഗ്ഗയിലെ ക്ലിനിക്കിലിരുന്ന് ദശകങ്ങൾക്ക് മുമ്പ് അത്ഭുതപ്പെട്ട ഡോ. മോഹൻകുമാറിനെ ഓർമ്മ വന്നു. എൻഡോസൾഫാനെ

ആരും സംശയിച്ചു തുടങ്ങിയിട്ടില്ലാത്ത കാലമാണ്. എന്തു കൊണ്ടാണ് കോടങ്കിരിത്തോടിന്റെ കരയിൽ ഇത്രമാത്രം രോഗികൾ? ഒരു വീട്ടിൽ തന്നെ മൂന്നും നാലും രോഗികൾ? ഡോക്ടർ ചിന്തിച്ചുകൊണ്ടിരുന്നു. വിഷം തളിക്കുന്ന സമയത്ത് തേനീച്ച മുഴുവൻ കൊല്ലപ്പെടുന്നത് കണ്ട തേനീച്ച കർഷകരാണ് ഉക്കിനടുക്കയിൽ ഹെലികോപ്റ്റർ തടഞ്ഞത്. എൻഡോസൾഫാനെതിരെയുള്ള ആദ്യത്തെ മുന്നേറ്റം. ആ സമരമാണ് എൻഡോസൾഫാനെ സംശയിക്കുന്നതിലേക്ക് ഡോക്ടറെയും എത്തിച്ചത്.

2006-ന്റെ ഒടുവിൽ എൻമകജെ ഗ്രാമത്തിലെ മിത്തുകളിലൂടെ അലയുമ്പോഴാണ് വിസ്മയകരവും ഏറ്റം ഹൃദ്യവുമായ ആ കഥ എനിക്ക് കിട്ടിയത്. ഭൂതകാരുണിയെക്കുറിച്ച് അതിലും മഹത്തായ ഒരു കഥ അതിന് മുമ്പോ പിമ്പോ ഞാൻ കേട്ടിട്ടില്ല. കഥയെന്ന് ചുരുക്കാനും വയ്യ. സംഭവം ഇതാണ്: പുരാതന കാലത്ത് ഇവിടെ ജീവിച്ചിരുന്ന ജൈനമത വിശ്വാസികളായ ബല്ലാളന്മാർ സന്ധ്യാനേരത്ത് വിളക്കുകൾ കത്തിച്ചിരുന്നില്ലത്രെ! വെളിച്ചം ദുഃഖമെന്ന് കരുതിയിട്ടുമല്ല. ഇരുട്ട് സുഖമെന്ന് കരുതിയുട്ടുമല്ല. വെളിച്ചം കണ്ട് കുതിച്ചു വരുന്ന പ്രാണികൾ തീ നാളങ്ങളിൽ പെട്ട് ചത്ത് പോകാതിരിക്കാനാണ്! എന്തൊരു മുൻകരുതൽ!

ഇങ്ങനെയൊരു ഭൂതദയയുടെ പാരമ്പര്യം പുലർന്ന നാട്ടിലാണ് ആധുനിക മനുഷ്യൻ കാൽ നൂറ്റാണ്ടുകാലം നീണ്ട കീടനീശിനി യുദ്ധത്തിൽ കോടാനുകോടി ജീവജാലങ്ങളെ നിലം പരിശാക്കിയത്!

ബല്ലാളന്മാരുടെ ഈ അഹിംസാവാദം നോവലിലെഴുതി ഏതാനും വർഷങ്ങൾ കഴിഞ്ഞ് അമ്മയുടെ തറവാട്ടിലെ കുടുംബദേവതയായ പന്നിക്കോൾത്തമ്മത്തെയ്യം പുലർച്ചെ കണ്ടു കണ്ടിരിക്കുമ്പോഴാണ് തെയ്യം ഞങ്ങളുടെ തറവാട്ടുകാരെ'ബല്ലാൾക്കളേ' എന്നാണല്ലോ അഭിസംബോധന ചെയ്യുന്നത് എന്ന് ഓർമ്മിച്ചത്. ബല്ലാളന്മാർ ജൈനമത വിശ്വാസികളാണല്ലോ. ആ തെയ്യവിളിയുടെ ചുവട് പിടിച്ചുള്ള അന്വേഷണത്തിൽ ഒരു കാര്യം വ്യക്തമായി. എൻമകജെയുടെ പരിസരത്തുള്ള [illegible] ഗ്രാമത്തിൽ നിന്നാണ് പണ്ട് കാലത്ത് അമ്മയുടെ പൂർവ്വികർ ഇവിടേക്ക് വന്നു ചേർന്നത്. ജൈനനിൽ ചെന്നു മുട്ടുന്ന ആ ജനിതക പാരമ്പര്യമായിരിക്കുമോ 'എൻമകജെ'യും നിരവധിയായ പരിസ്ഥിതി കഥകളും എഴുതാൻ നിരന്തരമായുള്ള ഉൾചോദന? അതോ, 'വടക്കില്ലം'എന്ന പേരിൽ അച്ഛന്റെ തറവാടിന്റെ ചരിത്രപുസ്തകം തയ്യാറാക്കാൻ ഇറങ്ങിപ്പുറപ്പെട്ടപ്പോൾ കണ്ടെത്തിയ ബൗദ്ധാരാധനയുടെ വേരുകളായിരിക്കുമോ?

മുത്തക്കയുടെ വീട്

എൻമകജെയിലേക്കുള്ള യാത്രയുടെ ആലോചനാവേളയിൽ തന്നെ ഞങ്ങൾ ഒരു കാര്യം തീരുമാനിച്ചിരുന്നു. മിത്തുകളി ലൂടെ ഒരു ഓട്ടപ്രദക്ഷിണം. ദുരിതബാധിതരുടെ വീടുകളിലേക്കൊന്നും പോകേണ്ടതില്ല.

പക്ഷെ, പൂക്കാരെക്കല്ലിനു സമീപം നിൽക്കുമ്പോൾ തോടിനപ്പുറത്ത് ഏകദേശം അമ്പത് മീറ്റർ ദൂരത്തുള്ള വീടിന്റെ മുറ്റത്ത് നിന്ന മുത്തക്ക ഞങ്ങളെ കണ്ടു. ഇനി കയറാതെ പോവുന്നതെങ്ങനെ? വെവ്വേറെ യാണെങ്കിലും എത്രയോ വട്ടം ഞങ്ങൾ മുത്തക്കയുടെ വീട്ടിലേക്കുള്ള പടവുകൾ കയറിയിട്ടുണ്ട്. ആശ്വസിപ്പിച്ചിട്ടുണ്ട്.

2001-ൽ സെന്റർഫോർ സയൻസ് & എൺവിയോൺമെന്റ് (CSE) എന്ന ആധികാരിക സ്ഥാപനത്തിലെ ശാസ്ത്രജ്ഞർ ഇവിടെ വന്ന് നടത്തിയ ശാസ്ത്രീയ പഠനത്തിൽ മുത്തക്കയുടെ രക്തത്തിൽ 164.64 പി.പി.എം. എൻഡോസൾഫാൻ ഉണ്ടെന്ന് കണ്ടെത്തിയിരു ന്നു. ജലത്തിൽ അനുവദനീയമായതിന്റെ ആയിരം മടങ്ങ് ! (ലളിത എന്ന സ്ത്രീയുടെ മുലപ്പാലിൽ തൊള്ളായിരം മടങ്ങായിരുന്നു !) ഇന്നും മുത്തക്ക വയ്യായ്കകൾ ഉണ്ടെങ്കിലും അത്ഭുതം പോലെ ജീവിച്ചിരിക്കുന്നു. പക്ഷെ അവരുടെ നാലു മക്കളെയും ഗുരുതരമായ രോഗങ്ങൾ ബാധിച്ചു. മൂത്ത മകൾക്ക് മാനസിക വിഭ്രാന്തിയായിരുന്നു. മുറ്റത്തെ കിണറ്റിൽ തന്നെ ജീവിതം അവസാനിപ്പിച്ചു. (അക്കാലത്ത് പെഡ്രെയിലെ മാത്രം മാനസിക വിഭ്രാന്തി ബാധിച്ച അമ്പതോളം പേരുണ്ടായിരുന്നുവെന്ന് ഡോ. മോഹൻ കുമാർ രേഖപ്പെടുത്തിയിട്ടുണ്ട്.) രണ്ട് ആൺമക്കൾ, കിട്ട ണ്ണയും ശ്രീധരയും ഇരുട്ട് മുറിയിൽ കുത്തിയിരുന്ന് ജീവിച്ചു. മുത്തക്കയാണ്

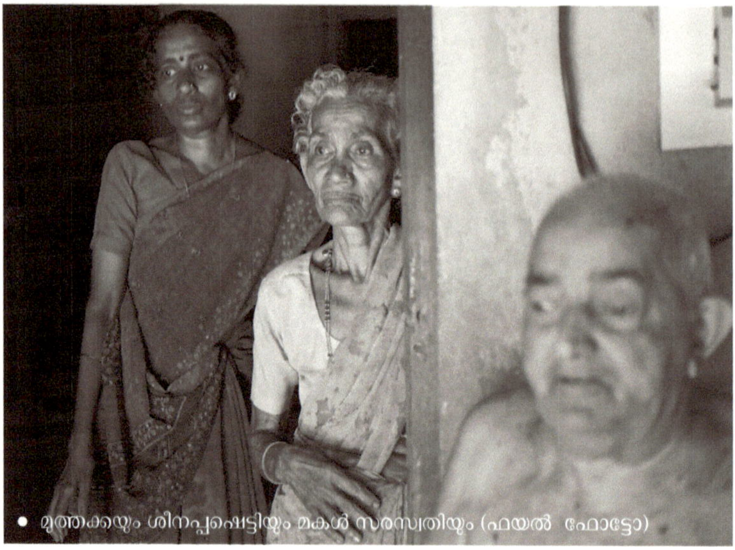

• മുത്തക്കയും ശീനപ്പഷെട്ടിയും മകൾ സരസ്വതിയും (ഫയൽ ഫോട്ടോ)

ഇരുവർക്കും ഭക്ഷണം വായിൽ വെച്ചു കൊടുത്തതും മലമൂത്ര വിസർജ്ജ്യങ്ങൾ എടുത്തതും.

ഈ വിഷദുരന്തം ആദ്യമായി ഒരു ദൃശ്യമാധ്യമത്തിൽ റിപ്പോർട്ട് ചെയ്യപ്പെട്ടത് സ്റ്റാർ ടി.വി. യിലാണ്. 2000-ത്തിൽ ബ്രേക്കിംഗ് ന്യൂസായി, കാണിച്ചു കൊണ്ടിരുന്നത് ഈ കുട്ടികളെയായിരുന്നു. കുറച്ചുകാലമായി നാലാമത്തെ ആളായ സരസ്വതിയേയും രോഗം ബാധിച്ചിരിക്കുന്നു. ശരീരത്തിന്റെ ഒരു ഭാഗം തളർന്നിട്ടാണ്. ഇത്ര കാലമായിട്ടും സരസ്വതിക്ക് ചികിത്സാ സൗകര്യങ്ങളോ പെൻഷനോ ലഭിച്ചിട്ടില്ല. ദുരിത ബാധിതരുടെ പട്ടികയിലും ഇടം കിട്ടിയിട്ടില്ല.

മൂന്നാമനായ ശ്രീധര സമീപകാലത്താണ് മരണപ്പെട്ടത്. 34 വയസ്സ് വരെ വേദനകൾ മാത്രം തിന്ന് ജീവിച്ചു. ശ്രീനിവാസയാണ് മരണ വിവരം അറിയിച്ചത്. സമര നേതാവായ അമ്പലത്തറ കുഞ്ഞികൃഷ്ണനേയും കൂട്ടി രണ്ടര മണിക്കൂർ നേരം ഡ്രൈവ് ചെയ്ത് എത്തുമ്പോഴേക്കും ചിത കത്തിത്തുടങ്ങിയിരുന്നു. അവസാനമായൊന്ന് കാണാനായില്ലല്ലോ എന്ന സങ്കടത്തോടെ ചിത കത്തിത്തീരുന്നത് വരെ നിന്നു. ആകെ പത്തോ പതിനഞ്ചോ മനുഷ്യർ മാത്രമുണ്ട് ചുറ്റിലും. ഭരണകൂടത്തിന്റെ പ്രതിനിധികൾ ആരുമില്ല. ഇങ്ങനെ എത്ര കുട്ടികൾ! ജയകൃഷ്ണൻ, കലേഷ്, സുജിത്ത്, ശീലാബതി, കവിത... നോവലിലെ കഥാപാത്രങ്ങൾ കൂടിയായ കുഞ്ഞുങ്ങൾ മരണപ്പെടുമ്പോൾ എഴുത്തുകാരൻ ഓടിച്ചെന്ന് കാണേണ്ട നിർഭാഗ്യം ലോകത്തിൽ മറ്റൊരാൾക്കുണ്ടായിട്ടുണ്ടോ

എന്നറിയില്ല. ഓരോ മരണവും ചെറിയ വേദനയല്ല തന്നിട്ട് പോയത്.

ചിതയിലെ തീയൊടുങ്ങിയപ്പോൾ ശ്രീധരയുടെ പിതാവ് ശീനപ്പഷെട്ടിയോട് യാത്ര പറഞ്ഞ് പടവുകളിറങ്ങി. കവുങ്ങിൻ പാലം കടക്കുമ്പോൾ 'മാഷേ' എന്ന വിളിയോടെ ശൈലജ എന്ന ആശാവർക്കർ പിന്നാലെ ഓടിവന്നു.

ശൈലജയുടെ മുഖത്ത് സങ്കടം നിഴലിച്ചിരുന്നു. ഒരാഴ്ച മുമ്പ് ഈ വീട്ടിൽ വന്നപ്പോൾ ദയനീയമായ ഒരു കാഴ്ച കണ്ടുവത്രെ... അത് പറയാനാണ് ഓടിവന്നത്. കർണാടകയിലെ പുത്തൂരിലുള്ള ആശുപത്രിയിൽ നിന്നും മടക്കിക്കൊണ്ടുവന്ന ശ്രീധരയുടെ കൈകളും കാലുകളും മുറിയിലെ ജനവാതിലുകളോട് വലിച്ചു കെട്ടിയിരുന്നു.! ശൈലജ അന്വേഷിച്ചപ്പോൾ മുത്തക്ക പറഞ്ഞുവത്രെ, ശ്രീധര ആവശ്യപ്പെട്ടിട്ടാണ്. വേദന സഹിക്കാൻ കഴിയാഞ്ഞിട്ടാണ് എന്ന്. ഒരു കയർ അയഞ്ഞുപോയാൽ അവൻ ഉറക്കെ നിലവിളിക്കുമായിരുന്നുവത്രെ...!

ഞാൻ നടുങ്ങിപ്പോയി. മൂന്നരപ്പതിറ്റാണ്ടുകാലം നരകയാതന അനുഭവിച്ച ഈ 'കുഞ്ഞി'ന്റെ അന്ത്യനിമിഷങ്ങൾ എത്ര മാത്രം വേദനാജനകമായിരുന്നിരിക്കണം. ഒരു തെറ്റും ചെയ്യാതെ ഭരണകൂടം ജീവപര്യന്തം നൽകി. ഒടുവിൽ 'കയറ് ചികിത്സ'. ദുരിത ബാധിതരായ പല കുഞ്ഞുങ്ങളുടെയും അന്ത്യകാലം ഇങ്ങനെ വിദഗ്ധ ചികിത്സകൾ ലഭിക്കാതെ വേദനാജനകമായിരുന്നു.

കോടങ്കിരിത്തോട് കടന്ന് കുത്തനെയുള്ള പടവുകൾ കയറി മധുരാജിനൊപ്പം മുറ്റത്തെത്തുമ്പോൾ മുത്തക്ക എഴുന്നേറ്റ് ജീവനില്ലാത്ത ചിരിയോടെ ഞങ്ങളെ സ്വീകരിച്ചു.

പതിവില്ലാതെ കിട്ടണ്ണഷെട്ടി വരാന്തയിൽ കുത്തിയിരിപ്പുണ്ട്. സാധാരണ പുറത്ത് കാണാറില്ല. ശ്രീധരയുടെ ജേഷ്ഠനാണ്. ഇപ്പോഴും എണീറ്റ് നടക്കാനാവില്ല. അവന്റെ കാല്പാദങ്ങളിൽ രണ്ട് പൂച്ചക്കുട്ടികൾ കിടന്നു മറിയുന്നത് കണ്ടു. ഒരു ബഞ്ചിൽ സരസ്വതി മുഷിഞ്ഞ വേഷത്തിൽ കുനിക്കൂടി ഇരിപ്പുണ്ട്. ചുറ്റും നോക്കി ശീനപ്പപ്പെട്ടിയെ കാണാഞ്ഞ് ഞാൻ ചോദിച്ചു.

"മുത്തക്ക, ശീനപ്പെഷെട്ടിയെവിടെ?"

മുത്തക്ക എന്നെ തുറിച്ചു നോക്കി. പെട്ടെന്ന് വിതുമ്പിക്കരയാൻ തുടങ്ങി. ഒരു മാസമായത്രെ മരണം നടന്നിട്ട്. ഞങ്ങൾ ആരുമറിഞ്ഞില്ല. രണ്ട് മാസം മുമ്പ് ഈ വീട്ടിൽ വന്നപ്പോൾ ശീനപ്പ കുറേ നേരം സംസാരിച്ചതാണ്. കരച്ചിലൊതുങ്ങിയപ്പോൾ മുത്തക്ക സങ്കടഭാരത്തിന്റെ

• കോടങ്കിരിത്തോട്

• ശീനപ്പഷെട്ടിയുടെ വീട്ടിൽ

കെട്ടഴിച്ചു. ആശ്വാസവാക്കുകൾ പകർന്ന് ഞങ്ങൾ കുറച്ച് രൂപ ചുരുട്ടി മുത്തക്കയുടെ കയ്യിൽ പിടിപ്പിച്ചു, എപ്പോഴുമെന്നപോലെ.

യാത്രപറഞ്ഞിറങ്ങി മുറ്റം കഴിയാറായപ്പോൾ ഞാൻ തിരിഞ്ഞുനോക്കി. എന്നും ശീനപ്പഷെട്ടി വടി കുത്തി പിന്നാലെ ഒരു വരവുണ്ട്. കന്നടയിൽ നെഞ്ച് പിളർക്കുന്ന പതിവ് ചോദ്യമുണ്ട്. ഞങ്ങൾ മരിച്ചുപോയാൽ ഞങ്ങളുടെ മക്കളെ ആര് നോക്കും.?

ഞാൻ ആശ്വസിച്ചു. ഇനി ഒരിക്കലും ആ ചോദ്യം കേട്ട് അസ്വസ്ഥനാകേണ്ടതില്ലല്ലോ. ശീനപ്പഷെട്ടി ഇനി ഒരിക്കലും പുറകെ വരില്ലല്ലോ...

ദുരിതബാധിതർക്കുവേണ്ടി പുനരധിവാസ ഗ്രാമം വരുമെന്ന് കേൾക്കാൻ തുടങ്ങിയിട്ട് ഒരു ദശകക്കാലമായി. മൂളിയാറിൽ 25 ഏക്കർ സ്ഥലം അന്നേ മാറ്റിവെച്ചു. ഇപ്പോഴത്തെ സർക്കാർ വന്നപ്പോൾ പ്ലാൻ മാറ്റി നിർമ്മാണം ഊരാളുങ്കലിനെ ഏല്പിച്ചതല്ലാതെ തറക്കല്ല് പോലും ഇട്ടിട്ടില്ല.

ദുരിതബാധിതരുടെ കാര്യത്തിൽ എല്ലാം ഒച്ചിഴയുന്ന വേഗത്തിലാണ്. സായിട്രസ്റ്റ് വക എൻമകജെ, പെരിയ പഞ്ചായത്തുകളിൽ നിർമ്മിച്ച 57 വീടുകൾ ഒഴിഞ്ഞ് കിടക്കുകയാണ് ഇപ്പോഴും. നാലു വർഷമായി പണി തീർന്നിട്ട്. എൻമകജെയിൽ നിർമ്മിച്ച 36 വീടുകൾ ജില്ലാ ഭരണകൂടം അർഹരായവർക്ക് കൊടുക്കാതെ കെട്ടിപ്പൂട്ടി വെച്ചിരിക്കുകയാണ്. ജില്ലാ കലക്ടർ സജിത്ത് ബാബുവിനെതിരെ സായിട്രസ്റ്റ് ഹൈക്കോടതിയിൽ കേസ് കൊടുത്തിരിക്കുകയാണ്.

സ്വർഗ്ഗയിലെ ജീവൻമശായി

'എൻമകജെ'യിലെ കഥാപാത്രങ്ങൾ ഭാവനയാണോ?' നിരവധി വായനക്കാർ ഈ ചോദ്യം ഉന്നയിച്ചിട്ടുണ്ട്. ദേവയാനി പൂർണമായും എന്റെ ഉള്ളിൽ നിന്നും ഉരുത്തിരിഞ്ഞുവന്ന കഥാപാത്രമാണ്. മൈത്രേയനുമായുള്ള ഒരു അഭിമുഖത്തിലെ വാക്യം വായിക്കാനിടയായത് എന്നെ അക്കാലത്ത് വല്ലാതെ സ്പർശിച്ചിരുന്നു. "പുരുഷനായി ജീവിച്ചതിന്റെ പ്രായശ്ചിത്തമായി ഇനിയുള്ള കാലം സ്ത്രീകളെ പരിചരിച്ച് ഒരു വീട്ടമ്മയെപ്പോലെ ജീവിക്കും.'' ഈ വാക്യത്തിൽ നിന്നാണ് നീലകണ്ഠൻ എന്ന നായകപാത്രം ഉയിരെടുത്തത്. ജയരാജനെന്ന സമരനേതാവിനെ എഴുതുമ്പോൾ പി.വി.സുധീർകുമാർ എന്ന സമരപ്രവർത്തകനും ഞാനടക്കമുള്ള മറ്റ് പരിസ്ഥിതി പ്രവർത്തകരും എല്ലാം ആ കഥാപാത്രത്തിൽ ഉൾച്ചേർത്തിട്ടുണ്ട്. നോവലിൽ കടന്നുവന്ന ദുരിതബാധിതരായ കുഞ്ഞുങ്ങൾ എല്ലാവരും ജീവിച്ചിരിക്കുന്നവരോ ജീവിച്ചിരുന്നവരോ ആണ്. പേരുകൾ മാറ്റിയിട്ടുണ്ട് എന്നേയുള്ളൂ. സമരനായിക ലീലാകുമാരിയമ്മ അടക്കമുള്ളവരെല്ലാം യഥാർത്ഥത്തിൽ ഉള്ളവരാണ്.

എൻമകജെയിലെ ഗ്രാമ ഡോക്ടറായ ഡോ.വൈ.എസ്.മോഹൻകുമാറാണ് നോവലിൽ ഡോ.അരുൺ കുമാറായി വേഷമിടുന്നത്. കസ്തൂർബാ മെഡിക്കൽ കോളേജിൽ നിന്നും സ്വർണമെഡൽ നേടിയിറങ്ങിയ ഡോക്ടർ വലിയ 'ഓഫറു'കളൊക്കെ നിരസിച്ച് സ്വന്തം ഗ്രാമത്തിൽ പാവങ്ങളെ ശുശ്രൂഷിച്ച് കഴിയാനാണ് ആഗ്രഹിച്ചത്. കുറച്ച് കാലം മുമ്പ് വരെ 5 രൂപയായിരുന്ന മരുന്നിനും പരിശോധനയ്ക്കുമായി ഡോക്ടർ വാങ്ങിച്ചത്. പലപ്പോഴും പാവങ്ങൾക്ക് ഫ്രീയായി മരുന്നും ചികിത്സയും നൽകി. ദരിദ്രരായ മനുഷ്യരായിരുന്നു ഓട് മേഞ്ഞ,

• ഡോ.വൈ.എസ്.മോഹൻ കുമാർ

ആർഭാടങ്ങളൊന്നുമില്ലാത്ത ആ കൊച്ച് മുറിയിൽ എത്തിയിരുന്നത്.

ഞങ്ങൾ സ്വർഗയിലെ ക്ലിനിക്കിലേക്ക് നടന്നു. ഒന്നരദശകം മുമ്പ് ആദ്യം കണ്ടതിൽ നിന്നും മാറ്റമൊന്നുമില്ലാത്ത പരിശോധനാ മുറി. സ്വർഗയിൽ വരുമ്പോഴൊക്കെ ഈ മുറിയിൽ കയറിയിരിക്കും. ഒരിക്കൽ ഡോക്ടറുടെ കണ്ണുകൾ നിറഞ്ഞതും തൊണ്ട ഇടറിയതും ഓർക്കുന്നു. നാലും അഞ്ചും വയസ്സായ ചില പെൺകുട്ടികൾക്ക് ആർത്ത വമുണ്ടാകുന്നതിനെക്കുറിച്ച് വിവരിച്ചപ്പോഴാണ്. എൻഡോസൾഫാൻ വിഷം സൃഷ്ടിക്കുന്ന ഹോർമോൺ തകരാറിന്റെ ഫലങ്ങളിലൊന്നാണ്. ചോര പോകുമ്പോൾ, ആ കൊച്ചു കുഞ്ഞങ്ങൾക്കറിയില്ലല്ലോ, മാഷേ, എന്താണ് സംഭവിക്കുന്നതെന്ന്? അമ്മമാർ ആ കുഞ്ഞുങ്ങളെയും കൊണ്ട് എന്റടുത്ത് ഓടിവരും. ഞാനെന്താക്കാനാണ്.?

ആ സന്ദർഭത്തിലാണ് എൻമകജെയിലെ ജീവൻമശായിയായ ഡോക്ടർ വിതുമ്പിപ്പോയത്. ഈ സന്ദർഭം നോവലിൽ ഞാൻ വിവരി ച്ചിട്ടുണ്ട്. മറക്കാൻ പറ്റാത്ത മറ്റൊരു അനുഭവം, 'റബ്ബർ ബേബി'യെന്നു വിളിക്കപ്പെട്ട അത്ഭുത ശിശുവിനെ യാദൃശ്ചികമായി കണ്ടതാണ്. കുരങ്ങന്റെ ഛായയും ശരീരഭാഷയുമുള്ള കുഞ്ഞ്. അനേകായിരം നൂറ്റാ ണ്ടുകളിലൂടെ സംഭവിച്ചുണ്ടായ പരിണാമ സിദ്ധാന്തത്തെ രാസവിഷം ഒറ്റയടിക്ക് കീഴ്മേൽ മറിക്കുന്ന അനുഭവം. ഈ കുഞ്ഞും നോവലിൽ മുഖം കാണിച്ചിട്ടുണ്ട്.

ಮೋಹನ್ ಕುಮಾರ್
M.B.B.S
ಸಂಜೆ: 6-7.
ನಿವಾರ ರಜಾ.

സ്വർഗയിലും പരിസരങ്ങളിലും അസാധാരണമായ രോഗങ്ങൾ പെരുകുന്നു, ആരെങ്കിലും റിസർച്ച് ചെയ്ത് ഉത്തരം തേടണമെന്ന അഭ്യർത്ഥനയോടെ കേരള മെഡിക്കൽ ജേണലിൽ അക്കാലത്ത് ഒരു ലേഖനം ഡോക്ടർ എഴുതി. പ്രതിസ്ഥാനത്ത് എൻഡോസൾഫാനാണെന്ന് അന്ന് ഡോക്ടർക്കോ മറ്റാർക്കുമോ മനസ്സിലായിരുന്നില്ല. ലേഖനത്തിന് നിർഭാഗ്യവശാൽ പ്രതികരണങ്ങൾ ഒന്നും ഉണ്ടായില്ല. തേനീച്ച കർഷകർ ഉക്കിനടുക്കയിൽ ഹെലികോപ്റ്റർ തടഞ്ഞതോട് കൂടിയിട്ടാണ് ഗ്രാമത്തിലെ ദുരന്തകാരണം എൻഡോസൾഫാനാണെന്ന നിഗമനത്തിലേക്ക് ഡോക്ടർ എത്തുന്നത്.

ഞങ്ങൾ അകത്ത് കയറുമ്പോൾ ഡോക്ടർ ഒരു രോഗിയെ പരിശോധിച്ച് മരുന്ന് നൽകി ആശ്വസിപ്പിച്ച് വിടുകയാണ്. മുന്നിലെ ബെഞ്ചിൽ ഞങ്ങൾ ഇരുന്നു. ഞാൻ ചോദിച്ചു.

“ഡോക്ടർ ഫീസ് കൂട്ടി അല്ലേ?”

ഡോക്ടർ നാണം കലർന്ന ചിരി ചിരിച്ചു.

“എന്തൊക്കുന്ന് മാഷേ, മുപ്പത്തഞ്ച് രൂപയാക്കി.”

ഒരാഴ്ചത്തെ മരുന്നിനും പരിശോധനയ്ക്കും കൂടിയാണ് വെറും മുപ്പത്തഞ്ച് രൂപ! മനുഷ്യപ്പറ്റുള്ള സാമൂഹ്യ പ്രതിബദ്ധതയുള്ള ഇങ്ങനെയൊരു ഡോക്ടർ കേരളത്തിലുണ്ട് എന്ന് നമ്മുടെ വൈദ്യ സമൂഹം തിരിച്ചറിയേണ്ടതാണ്. (2019-ലെ മികച്ച സാമൂഹ്യ പ്രവർത്തകനുള്ള മലയാളം വാരികയുടെ പുരസ്കാരം ഡോക്ടർക്കായിരുന്നു.) എൻഡോസൾഫാൻ വിഷത്തിനെതിരെ പോരാടിയതിന്റെ പേരിൽ ഈ മനുഷ്യന് ലഭിച്ച വക്കീൽ നോട്ടീസുകൾക്കും ഭീഷണികൾക്കും കണക്കില്ല.

ഇത്തവണ എൻഡോസൾഫാനെക്കുറിച്ച് ഡോക്ടർ ഒന്നും മിണ്ടിയില്ല, ഞങ്ങൾ ഒന്നും ചോദിച്ചുമില്ല. വികാരഭരിതനായി ഡോക്ടർ സംസാരിച്ചത് മുഴുവൻ എൻമകജെ ഗ്രാമത്തിന്റെ അതിരിലുള്ള ദൊഡ്ഡമാരടുക്കയിലെ കൂറ്റൻ ക്വാറിയുടെ നിയമലംഘനങ്ങളെക്കുറിച്ചും അതിനെതിരായ സമരങ്ങളെക്കുറിച്ചുമാണ് പരാതി നൽകാൻ പോയപ്പോൾ എൻഡോസൾഫാനെ അനുകൂലിക്കുന്ന കലക്ടർ സജിത്ത് ബാബു തന്നോട് വളരെ മോശമായി പ്രതികരിച്ചതിനെക്കുറിച്ച് സംസാരിക്കുമ്പോൾ ഡോക്ടറുടെ വാക്കുകളിൽ രോഷവും പ്രതിഷേധവും അണപൊട്ടി. (വൈകീട്ട് ഡോക്ടർ പറഞ്ഞ് തന്ന വഴിയേ യാത്ര ചെയ്ത് ഞങ്ങൾ ക്വാറി കണ്ടു. അനേകം ഏക്കറുകളിൽ വ്യാപിച്ചു കിടക്കുന്ന മഹാഗർത്തം. ഭൂമിയെ കാത്തു രക്ഷിക്കേണ്ട ഭരണാധികാരികൾ തന്നെ പ്രകൃതിയെ കൊള്ളയടിക്കുന്നതിന് കൂട്ട് നിൽക്കുന്നു.)

എൻഡോസൾഫാൻ വിഷമല്ല എന്ന് വീമ്പിളക്കുന്ന മനുഷ്യപ്പറ്റില്ലാത്തവർ ഈ ഡോക്ടറുടെ ഡയറി കാണണം. ദുരന്തവ്യാപ്തിയെ അടയാളപ്പെടുത്തിയ വലിയ തെളിവാണിത്. ഒരു കാലത്ത് രോഗികളുടെയും വിചിത്ര രോഗങ്ങളുടേയും എണ്ണം ഭയാനകമായ വിധത്തിൽ പെരുകിയ ഗ്രാമത്തിൽ വിഷത്തളി നിർത്തിയതോടെ പടിപടിയായി രോഗികൾ കുറയുന്നത് ഒന്നാന്തരം തെളിവല്ലേ? ഇപ്പോൾ അപൂർവ്വമായേ ഇങ്ങനെയുള്ള കുഞ്ഞുങ്ങൾ ജനിക്കുന്നുള്ളൂ.

ഉന്നതനിലയിൽ വൈദ്യ ശാസ്ത്രം പഠിച്ച് സ്വർഗയിൽ ജീവിച്ച് പതിറ്റാണ്ടുകളായി ചികിത്സ ചെയ്യുന്ന ഡോക്ടർ മോഹൻകുമാർ പറയുന്നതാണോ അതോ വിഷം തളിക്കാൻ ശുപാർശ ചെയ്ത കേരള കാർഷിക സർവ്വകലാശാലയുടെ പ്രതിനിധികളായ 'കൃഷി അധ്യാപകർ' പറയുന്നതാണോ നിങ്ങൾ വിശ്വസിക്കുക?

പഡ്രെയിലെ യുഗള പ്രസാദൻ

സ്വർഗയിൽ നിന്നും നടക്കാവുന്ന ദൂരമേയുള്ളൂ ശ്രീപഡ്രെയുടെ വീട്ടിലേക്ക്. ശ്രീരാമ എന്ന പേരിൽ നോവലിൽ നിറഞ്ഞുനിൽക്കുന്ന കഥാപാത്രം യഥാർത്ഥത്തിൽ ശ്രീപഡ്രെയാണ്. എൽഡോസൾഫാൻ വിരുദ്ധ സമര ചരിത്രം പറഞ്ഞു തുടങ്ങേണ്ടത് ഈ അത്ഭുതമനുഷ്യനിൽ നിന്നാണ്. 1976 -ലാണ് പരീക്ഷണാടിസ്ഥാനത്തിൽ ജില്ലയിൽ ആദ്യമായി വിഷം തളിച്ചത്. അത് പെഡ്രെ വില്ലേജിലായിരുന്നു. ആരോഗ്യ പ്രശ്നങ്ങൾ പ്രത്യക്ഷപ്പെട്ട് തുടങ്ങിയതും ഇവിടെയായിരുന്നു. പശുക്കിടാങ്ങളിൽ കാണാനിടയായ അംഗവൈകല്യത്തെക്കുറിച്ചാണ് ആദ്യം ശ്രീപഡ്രെ സംശയാലുവായത്. ഫ്രീലാന്റ് ജേണലിസ്റ്റായ അദ്ദേഹം 1979 മുതൽ കന്നട, ഇംഗ്ലീഷ് പത്രങ്ങളിൽ എൻഡോസൾഫാൻ വിഷയം എഴുതാൻ തുടങ്ങി. തുടർന്ന് മലയാളത്തിൽ 'കേരള കൗമുദി'യിലും ഒരു ലേഖനം പ്രസിദ്ധീകരിച്ചു. 1981-ൽ 'The evidence' എന്ന ഇംഗ്ലീഷ് പത്രത്തിൽ എഴുതിയ 'Life is cheaper than Cashew' എന്ന ലേഖനം ഏറെ ശ്രദ്ധിക്കപ്പെട്ടു. 2000-ൽ സ്റ്റാർ ടി.വി ബ്രേക്കിംഗ് ന്യൂസായി ഇതാദ്യം റിപ്പോർട്ട് ചെയ്തത് ശ്രീ പഡ്രെ അറിയിച്ചതിനെത്തുടർന്നാണ്.

ആൾ വീട്ടിലുണ്ടാകുമോ? ഞങ്ങൾക്ക് ആശങ്കയുണ്ടായിരുന്നു. എപ്പോഴും തിരക്കുള്ള, യാത്രയുള്ള മനുഷ്യനാണ്. വിദേശ സർവ്വകലാശാലകൾ ഉൾപ്പെടെയുള്ള സ്ഥലങ്ങളിൽ ജല സംരക്ഷണത്തെക്കുറിച്ചും ജൈവകൃഷിയെക്കുറിച്ചുമൊക്കെ ക്ലാസെടുക്കുന്ന മനുഷ്യനാണ്. മഴക്കൊയ്ത്തിനെക്കുറിച്ച് നമ്മൾ സംസാരിച്ചു തുടങ്ങുന്നതിന് ദശകങ്ങൾക്ക് മുമ്പ് തന്നെ അദ്ദേഹത്തിന്റെ ഇഷ്ടവിഷയമായിരുന്നു. കാണുമ്പോഴൊക്കെ

അദ്ദേഹം ജലസംരക്ഷണത്തെക്കുറിച്ച് വാചാലനാവുമായിരുന്നു. 'വിഷമഴയിൽ പൊള്ളിയ മനസ്സ്' എന്ന പേരിൽ വേണു കള്ളാർ തയ്യാറാക്കിയ ഇദ്ദേഹത്തിന്റെ ജീവചരിത്രം 2010ൽ ഡി.സി.ബുക്സ് പ്രസിദ്ധീകരിച്ചിട്ടുണ്ട്. മികച്ച റൂറൽ റിപ്പോർട്ടിങ്ങിന് രണ്ട് തവണ സ്റ്റേറ്റ്സ്മാൻ അവാർഡ് നേടിയിട്ടുണ്ട്. കർണ്ണാടക സർക്കാരിന്റെ പരിസ്ഥിതി സംരക്ഷണത്തിനുള്ള രാജ്യോത്സവ പുരസ്കാരവും ലഭിച്ച മനുഷ്യനാണ് ഈ കാട്ടുമൂലയിൽ മലയാളികൾക്ക് അത്ര പരിചിതനല്ലാതെ കഴിയുന്നത്.

കവുങ്ങിൻ തോട്ടത്തിലൂടെ, ചെമ്പരത്തി വേലികൾക്കിടയിലൂടെ നടക്കുമ്പോൾ 'ആരണ്യക്' നോവലിലെ യുഗള പ്രസാദൻ എന്ന കഥാപാത്രത്തെ ഓർത്തു. കൊടുംകാട്ടിൽ പ്രതിഫലേച്ഛയില്ലാതെ പൂമരങ്ങൾ വെച്ചു പിടിപ്പിക്കുന്ന മനുഷ്യൻ. വിഷമഴയേറ്റ് കരുവാളിച്ചുപോയ പെഡ്രെയിൽ ആശ്വാസത്തിന്റെ പൂമരങ്ങൾ നട്ടുപിടിപ്പിച്ച ശ്രീ പഡ്രെ നമ്മുടെ നാടിന്റെ യുഗളപ്രസാദനാണ്.

ഭാഗ്യം ! ആൾ വീട്ടിലുണ്ട്. മുറ്റത്തേക്ക് കയറിയ ഞങ്ങളെ ശ്രീപഡ്രെ ഓടിയിറങ്ങിവന്ന് ആലിംഗനം ചെയ്തു. ഏറെ നേരം സംസാരിച്ചുവെങ്കിലും എൻഡോസൾഫാനോ മഴക്കൊയ്ത്തോ വിഷയമായില്ല. സംസാരം മുഴുക്കെ ചക്കയെക്കുറിച്ചായിരുന്നു. കുറേ വർഷങ്ങളായി ചക്ക അദ്ദേഹത്തിന്റെ ഗവേഷണ വിഷയമാണ്. ഇംഗ്ലീഷിലും കന്നടയിലും ചക്കയെക്കുറിച്ച് അദ്ദേഹം എഴുതിയ പുസ്തകങ്ങൾ ഞങ്ങൾക്ക് തന്നു. ചായക്കൊപ്പം മധുരമേറിയ ചക്ക വിഭവങ്ങൾ തന്നു. 'മിൽമ' മാർക്കറ്റ് ചെയ്യുന്ന ചക്ക വിഭവങ്ങൾ സമ്മാനിച്ചു. മലയാളികൾ ചക്കയിലേക്ക് തിരിയുന്നതിന് ഒരു ദശകം മുമ്പ് ഈ കേരളീയൻ ചക്കയുടെ പ്രാധാന്യം

തിരിച്ചറിഞ്ഞ് നിരവധി ചക്കഫെസ്റ്റിവലുകൾക്കും സെമിനാറുകൾക്കും നേതൃത്വം കൊടുത്തിട്ടുണ്ട്.

യാത്ര പറഞ്ഞ് മുറ്റത്തിറങ്ങിയ നേരത്താണ് എൻഡോസൾഫാൻ വിഷയമായത്. രോഷാകുലനായി ശ്രീപഡ്രെ പറഞ്ഞു. "മധുരാജേ, ഈ കലക്ടർ, കാർഷിക സർവകലാശാലയിൽ നിന്നും പ്രമോഷൻ കിട്ടിവന്നതാണ്. ഐഎഎസ് ലഭിച്ചുവന്നതല്ല. ഈ നാട്ടിലെ നിയമങ്ങളെല്ലാം തെറ്റിച്ച് വിഷം തളിച്ചത് കാർഷിക സർവ്വകലാശാല ശുപാർശ ചെയ്തിട്ടാണ്. കൃഷി സയന്റിസ്റ്റുകൾ എപ്പോഴും രാസകീടനാശിനിയെ സപ്പോർട്ട് ചെയ്യുന്നവരാണ്. ഈ കലക്ടർക്ക് അങ്ങനെയേ പറയാനാകൂ. അതിൽ അത്ഭുതമില്ല. കാസർകോട്ട് ജോലി ചെയ്ത മറ്റ കലക്ടർമാർക്കെല്ലാം ബോധ്യപ്പെട്ട കാര്യം ഇദ്ദേഹത്തിനുമാത്രം ബോധ്യപ്പെടാത്തത് അത് കൊണ്ടാണ്."

തിരിച്ച നടക്കുമ്പോൾ രണ്ട് ദശകം മുമ്പത്തെ കലക്ടറെ ഓർത്തു. ഒരിക്കൽ ശ്രീപഡ്രെ തന്നെയാണ് ആ സംഭവം പറഞ്ഞു തന്നത്.

സ്റ്റാർടിവിയിലെ ചർച്ച കൊട്ടുമ്പിരിക്കൊള്ളുകയാണ്. അവതാരക ചർച്ചയിൽ പങ്കെടുക്കുന്ന അന്നത്തെ കലക്ടറോട്, ഇങ്ങനെ ദുരന്തങ്ങളുണ്ടായിട്ടും എന്ത്കൊണ്ട് വിഷത്തളി നിർത്തുന്നില്ല എന്ന ചോദിച്ചു.

കലക്ടർ മറുപടി പറഞ്ഞു.

"Why should I stop it?"

ചർച്ചയിൽ പങ്കെടുത്തിരുന്ന അനിൽ അഗർവാൾ അന്നേരം പൊട്ടിത്തെറിച്ചത് ഇങ്ങനെയാണ്.

• ചെമ്പരത്തിവേലികൾ

“who is that jocker? put him behind the bar”

കോമാളിയായ കലക്ടറെ പിടിച്ച് ജയിലിലിലിട്ടു എന്നാണ്.

ഈ സന്ദർഭം നോവലിൽ പ്രാധാന്യത്തോടെ ഞാൻ ചിത്രീകരിച്ചിട്ടുണ്ട്. അതിനുശേഷം കാസർകോട്ടെത്തിയ കലക്ടർമാരെല്ലാം (ഇപ്പോഴത്തെ കലക്ടർ ഒഴിച്ച്) ദുരന്തം ബോധ്യപ്പെട്ടവരായിരുന്നു. വിഷദുരന്തബാധിതരായ മനുഷ്യരോട് കാരുണ്യമുള്ളവരായിരുന്നു.

ശീലാബതിയുടെ കഥ

ശീലാബതിയുടെ വീട്ടിലേക്കുള്ള, കുത്തനേയുള്ള കുന്നിറക്കം. കാലൊന്നിടറിയാൽ ഉരുണ്ട് പിരണ്ട് താഴെ വീഴും.

എൻമകജെ ഗ്രാമത്തിലെ വാണീനഗറിനടുത്തുള്ള ബളയാറ് മൂലയിൽ ദൊമ്പരടുക്ക കരിങ്കൽ ക്വാറിയുടെ അടുത്തായിട്ടാണ് വീട്. എൻമകജെയിൽ ഞാൻ ഏറ്റവും കൂടുതൽ തവണ സന്ദർശിച്ചിട്ടുള്ള രണ്ട് വീടുകളിലൊന്ന്. നോവലിലും ശീലാബതി ഉണ്ട്. രണ്ട് വർഷമായി ശീലാബതി നരകതുല്യമായ ജീവിതത്തിൽ നിന്നും മോക്ഷം നേടിയിട്ട്. കുന്നിറങ്ങിത്തീരാറായപ്പോൾ കണ്ടു. ഒറ്റയ്ക്കായ അമ്മ ദേവകി വരാന്തയിൽ ഇരിപ്പുണ്ട്.

രണ്ടാം ക്ലാസിൽ പഠിക്കുന്ന കാലത്താണ് വിഷമഴ നനഞ്ഞ് സ്കൂളിൽ നിന്നും മടങ്ങി വന്ന ശീലാബതി തലവേദനിക്കുന്നു എന്നു പറഞ്ഞു കിടന്നത്. പിന്നെ സ്കൂളിൽ പോകാനായില്ല. വീടിന് ചുറ്റും കശുമാവിൻ കാടാണ്. വിഷം നേരെ വന്നു വീഴുന്ന വീടിന് മുന്നിലെ കുഞ്ഞ് ജലാശയത്തിലെ വെള്ളമാണ് കുടിക്കുന്നത്. ആ കിടപ്പ് മൂന്നു വർഷം നീണ്ടുനിന്നു. കൈകാലുകൾ ശോഷിച്ചു. വളർച്ച മുറ്റി. നടക്കാൻ വയ്യാതായി ഒന്നരദശകം മുമ്പ് ശ്രീനിവാസയുടെ കൂടെ ആദ്യമായി കുന്നിറങ്ങിയത് ഞാനോർത്തു. അന്ന് ഒറ്റമുറി മാത്രമുള്ള കുടിലായിരുന്നു. വാതിലുണ്ടായിരുന്നില്ല. ഹൃദയഭേദകമായ കാഴ്ചയായിരുന്നു. വെറും മണ്ണിൽ വിരിച്ച കീറത്തുണിയിൽ ഒറ്റയ്ക്ക് കിടക്കുകയാണ് ആ പെൺകുട്ടി. കൂട്ടിനാരുമില്ല! അമ്മ പണിക്ക് പോയിരുന്നു. കാവലിന് അരികിൽ ഒരു പൂച്ചയെ കെട്ടിയിട്ടിരുന്നു. കൈയുടെ അടുത്ത് ഒരു വെട്ടുകത്തിയും വെച്ചിരുന്നു.

● ശിലാബതിയുടെ അമ്മ ദേവകി

• ശീലാബതിയുടെ ഓർമയ്ക്കായി നട്ട ഞാവൽ മരത്തിനു മുന്നിൽ

മറക്കാനാവില്ല, ഒരിക്കലും ആ സന്ദർഭം. ചുറ്റും കാടാണ്. ഏത് നിമിഷവും വല്ല വിഷസർപ്പമോ അക്രമിയായ മനുഷ്യനോ കാട്ടു മൃഗമോ കയറി വന്നേക്കാം. എത്ര അരക്ഷിതം! ഒരു വിറ എന്റെ ഉടലിൽ പിടച്ചു കൊണ്ടിരുന്നു. നമ്മുടെ വീട്ടിലെ ഒരു കുഞ്ഞാണെങ്കിലോ ? അന്നുതന്നെ പെർല ടൗണിൽ നിന്നും ഒരു കട്ടിൽ വാങ്ങിച്ച് ആ വീട്ടിലെത്തിച്ചു. മരണം വരെ ശീലാബതി ആ കട്ടിലിലായിരുന്നു കിടന്നത്.

ഞങ്ങളെ കണ്ടപ്പോൾ ദേവകിയുടെ കണ്ണുകൾ നിറഞ്ഞു. ചുമരിൽ ശീലാബതിയുടെ ഫ്രെയിം ചെയ്ത ചിത്രത്തിൽ ആരോ ചന്ദനമാല ഇട്ടിരുന്നു. മുറിക്കുള്ളിൽ ശൂന്യമായ കട്ടിൽ. അത് ചെരിച്ച് ചുമരിനോട് ചേർത്ത് വെച്ചിരുന്നു. വല്ലാതെ സങ്കടം വന്നു. ഒരു തെറ്റും ചെയ്യാത്ത പെൺകുട്ടി മൂന്നു പതിറ്റാണ്ട് കാലമാണ് ജീവപര്യന്തം ശിക്ഷിക്കപ്പെട്ടത്. ജീവിതത്തിലെ എല്ലാ സുഖവും സന്തോഷവും അവൾക്ക് നിഷേധിക്കപ്പെട്ടു. ചിത്ര ശലഭത്തെപ്പോലെ പാറി നടക്കേണ്ട പ്രായത്തിൽ അവൾ കൈകാലുകൾ അനക്കാനാവാതെ കിടന്നു. അങ്ങനെ എത്ര കുഞ്ഞുങ്ങൾ...! കൊടും ക്രൂരത ചെയ്ത കുറ്റവാളികൾ ഒരാൾ പോലും ഇന്നുവരെ നിയമത്തിന്റെ മുമ്പിൽ ഹാജരാക്കപ്പെട്ടിട്ടില്ല.

കൊലയാളികളെല്ലാം മറഞ്ഞിരുന്ന് അമർത്തിച്ചിരിക്കുകയാവും.

അമ്മയോട് കുറേ നേരം സംസാരിച്ചശേഷം ഞങ്ങൾ വീടിന് പിന്നിലേക്ക് നടന്നു. ശീലാബതിയുടെ ശവകുടീരത്തിൽ ഞാനും സംവിധായകൻ ഡോ.ബിജുവും ചേർന്ന് നട്ട ഞാവൽ തൈ കണ്ടു. കുറച്ചുകൂടി വളർന്ന് പച്ചിലകൾ പ്രതീക്ഷയോടെ ആകാശത്തിലേക്ക് നീട്ടുന്നുണ്ട്. തൈ നട്ട ദിവസം വീട്ടുമുറ്റത്ത് ഒരു അനുസ്മരണ സമ്മേളനം ഉണ്ടായിരുന്നു. അത്ര വികാരഭരിതമായ മറ്റൊരു ചടങ്ങിലും ഞാനിന്നുവരെ പങ്കെടുത്തിട്ടില്ല. സംസാരിച്ചു തുടങ്ങിയവരിൽ ഒരാൾക്ക് പോലും നാലോ അഞ്ചോ വാക്യത്തിനപ്പുറം മിണ്ടാനായില്ല. ചിലർ ഒന്നോ രണ്ടോ വാക്ക് പറയുമ്പോഴേക്കും വിതുമ്പിക്കരഞ്ഞു.

അന്ന് വീട്ടിൽ തിരിച്ചെത്തിയിട്ടും അസ്വാസ്ഥ്യം ഒട്ടും ശമിച്ചിരുന്നില്ല. ഉടനെ ഇരുന്ന് ശീലാബതിയെക്കുറിച്ച് ഒരു കുറിപ്പെഴുതി. പിറ്റേന്ന് മനോരമ പത്രത്തിൽ പ്രസിദ്ധീകരിച്ച ആ കുറിപ്പ് ഇങ്ങനെയാണ് അവസാനിച്ചത്:

“ഈ ഞാവൽമരം പെട്ടെന്ന് വളരും. ഉയരങ്ങളെ കീഴടക്കി, നൂറായിരം കൈകൾ കൊണ്ട് വിലക്കുകളില്ലാതെ വളർന്ന് ആകാശത്തിന്റെ അതിരുകളെ തൊടും. സ്നേഹം കൊണ്ട് പന്തലിച്ച് നഷ്ടപ്പെട്ട സൂര്യനെ സ്വന്തമാക്കും. പുരാണ കഥയിലെ ശീലാവതിയെപ്പോലെ നിൽക്കാൻ പറഞ്ഞാൽ ആ സൂര്യൻ നിൽക്കും. നടക്കാൻ പറഞ്ഞാൽ ആ സൂര്യൻ നടക്കും. നൂറായിരം പ്രാണികൾ തണൽ തേടും. നൂറായിരം പക്ഷികൾ നിന്റെ ഞാവൽപ്പഴങ്ങളുടെ രുചി തേടി വന്ന് ചില്ലകളിലിരുന്ന് പ്രകൃതിയോട് ഭൂമി അവസാനിക്കുന്ന നാൾവരെ മധുരമായി നിന്നെക്കുറിച്ചുള്ള കീർത്തനങ്ങൾ ആലപിക്കും.

മനുഷ്യന് ഒരിക്കലും മനസ്സിലാവാത്ത ഭാഷയിൽ.

അതെ, മനുഷ്യന് ഒരിക്കലും മനസ്സിലാവാത്ത കാര്യങ്ങൾ”

• ദൊമ്പരടുക്ക കരിങ്കൽ ക്വാറി

ശീലാബതിയെക്കുറിച്ച് അല്പം വിശദീകരിച്ചതിന് കാരണമുണ്ട്. എൻഡോസൾഫാൻ വിഷമല്ല എന്ന് രണ്ട് ദശകമായി ആവർത്തിച്ചു കൊണ്ടിരിക്കുന്ന ഒരു കൃഷിപണ്ഡിതൻ ഈയിടെ ഒരു ചാനലിൽ ഇരുന്ന് ശീലാബതിക്ക് പോളിയോ ആണെന്ന് വിളിച്ചുപറയുന്നത് കേട്ടു. ഒരു ദശകം മുമ്പ്, വാണിനഗറിലെത്തന്നെ ശ്രുതി എന്ന കുട്ടിക്കും പോളിയോ ആണെന്ന് ഈ കൃഷിമാഷ് ഒരു ലേഖനത്തിൽ എഴുതിയിരുന്നു. പുതിയ കളക്ടർ 'മലയാളം' വാരികയ്ക്ക് നൽകിയ അഭിമുഖത്തിൽ പറഞ്ഞത് ശീലാബതിയുടെ കഥ 'മംഗളം' വാരികയിലെ കഥ പോലെ കെട്ടിച്ചമച്ചതാണ് എന്നാണ്. മൂന്നു പതിറ്റാണ്ടുകാലം നരകയാതന അനുഭവിച്ചു കിടന്ന നിഷ്കളങ്കയായ കുട്ടിയെക്കുറിച്ചാണ് ഇവരിങ്ങനെ നിർദ്ദാക്ഷിണ്യം പറയുന്നത് എന്നോർക്കണം. ഇവർ രണ്ട് പേരും ഈ കുട്ടിയെ ഒരിക്കൽ പോലും സന്ദർശിക്കാത്തവരാണ് . രണ്ടാം ക്ലാസ് വരെ ഓടിച്ചാടി നടന്ന ഈ കുഞ്ഞിനെ പെറ്റു പോറ്റിയ അമ്മയും കണ്ണ് തുറന്നു കണ്ട നാട്ടുകാരും കുട്ടിക്കാലം മുതൽ മരണത്തലേന്ന് വരെ പരിശോധിച്ച മോഹൻ കുമാർ ഡോക്ടറും ജീവിച്ചിരിപ്പുണ്ട്. അവർക്കാർക്കും ശാലാബതി കഥയല്ല. പൊള്ളുന്ന സത്യമാണ്.

കണ്ണിൽച്ചോരയില്ലാതെ വിഷലോബിക്ക് വേണ്ടി നിർദ്ദയമായി വാചകമുത്തുന്നവരുടെ രഹസ്യ അജണ്ടകൾ ഒരു കാലത്ത് പുറത്ത് വരിക തന്നെ ചെയ്യും. ഈശാവാസ്യോപനിഷത്തിൽ പറയുന്നത് പോലെ ഏത് സ്വർണ്ണപ്പാത്രം കൊണ്ടും സത്യത്തെ മൂടി വെയ്ക്കാൻ സാധിക്കില്ല.

ഏകവിളയുടെ റബ്ബർ സംസ്കാരം

ചുറ്റും കട്ടും പച്ചമരക്കാട്!

ഒറ്റനോട്ടത്തിൽ ആരുടേയും മനം കുളിരും.

'എവിടെത്തിരിഞ്ഞൊന്ന് നോക്കിയാലും അവിടെല്ലാം' അതേ പച്ചമരങ്ങൾ. ചങ്ങമ്പുഴക്കവിത മനസ്സിൽ പൊന്തി വന്നു. പക്ഷെ, ഒരു കൊച്ചു കാറ്റല്ല, കൊടുങ്കാറ്റ് വീശിയാൽപ്പോലും പൂമഴയല്ല ഒരു പൂവ് പോലും വീഴില്ല.

റബ്ബർ മരങ്ങളാണ് ! തിരിച്ചറിയുമ്പോൾ മനം മരുഭൂമിയാകും.

ശീലാബതിയുടെ വീട്ടിൽ നിന്നും തിരികെ കുന്നു കയറി നോക്കിയപ്പോൾ ചുറ്റിലും, ദൂരെ കുന്നായ കുന്നുകളിലുമെല്ലാം കണ്ട കാഴ്ചയാണിത്. പി.സി.കെ എൻമകജെയിലെ കശുമാവിൻ തോട്ടങ്ങളെല്ലാം വെട്ടിമാറ്റി നട്ട റബ്ബർ തൈകൾ കാടായി വളർന്നിരിക്കുന്നു. കാസർകോട് ജില്ലയിൽ പതിനൊന്ന് പഞ്ചായത്തുകളിലായി പന്ത്രണ്ടായിരം ഏക്കൽ സ്ഥലത്താണ് പി.സി.കെയുടെ കശുമാവിൻ തോട്ടങ്ങൾ ഉണ്ടായിരുന്നത്.

ഒരു ദശകം മുമ്പ് പ്രസിദ്ധീകരിച്ച നോവലിലെ രംഗം നടുക്കത്തോടെ എന്റെ ഓർമ്മയിൽ തെളിഞ്ഞു. സന്ദർശകർക്ക് പ്രവേശനമില്ലാത്ത സർക്കാരിന്റെ കശുമാവിൽ തോട്ടത്തിലൂടെ ജയരാജനും നീലകണ്ഠനും നടക്കുകയാണ്. കശുമാവ് കൃഷി ഭരണകൂടം ആരംഭിച്ചതിനെക്കുറിച്ച് ജയരാജൻ പറയുന്നു.:

"സർക്കാർ കാട്ടിക്കൂട്ടിയത് വലിയ ഭീകരതയാണ്. എത്ര കോടിയിലും വിലയിടാനാവാത്ത, ജൈവവൈവിധ്യങ്ങളാൽ സമൃദ്ധമായ കൊടുംകാട്

• കശുമാവിന് പകരം വളരുന്ന റബ്ബർ മരങ്ങൾ

വെട്ടിത്തെളിച്ചാണ് ഏക വിളയുടെ ഈ കൃത്രിമക്കാട് നിർമ്മിച്ചത്. ചുരുക്കം സ്ഥലമല്ല. എൻമകജെയിൽ മാത്രം അറന്നൂറ് ഹെക്ടർ!

എന്നിട്ടെന്തുണ്ടായി? സസ്യവൈവിധ്യങ്ങളും ജീവജാലങ്ങളുമെല്ലാം നശിച്ചു. തുരങ്കങ്ങൾ വറ്റി. നാട്ടുനിറയെ രോഗികളായി. ജൈവവൈവിധ്യത്തെ നശിപ്പിച്ചു. കേരളത്തിലെ അക്കേഷ്യക്കാടുകൾ നോക്കൂ. ഓസ്ട്രേലിയയിലൊക്കെ ചതുപ്പ് നികത്താൻ നട്ടിരുന്ന ആ വഷളൻ മരം കടൽ കടന്നു വന്നതെന്തിനാണ്? വനവത്കരണമെന്ന ഓമനപ്പേരിൽ കേരളത്തെ മരുവത്കരിക്കാനുള്ള ഏതോ വിദേശ അജണ്ടയല്ലേ? വാസ്തവത്തിൽ വൈവിധ്യത്തിന്റെ രാഷ്ട്രീയത്തെയാണ് ഏകവിള സംസ്കാരം നശിപ്പിക്കുന്നത്. ആത്യന്തികമായ ഫലമെന്താണ്? ദാരിദ്ര്യവും പ്രകൃതി ദുരന്തങ്ങളും രോഗങ്ങളും മാത്രം...

ഇങ്ങനെ സംസാരിച്ചു നടക്കുമ്പോഴാണ് അവർ പ്ലാസ്റ്റിക് കൂടുകളിൽ തയ്യാറാക്കിവെച്ച റബ്ബർ തൈകൾ കാണുന്നത്. ജയരാജൻ പ്രതികരിക്കുന്നത് ഇങ്ങനെയാണ്:

"ഓ, പി.സി.കെ ഇനി റബ്ബർ കൃഷിയിലേക്ക് തിരിയുകയാണോ? നല്ലത്. ഇനി ഏകവിളയുടെ ഒരു റബ്ബർ സംസ്കാരം കൂടി സർക്കാർ ചെലവിൽ തെഴക്കട്ടെ."

അന്ന് ഭാവനയിൽ കണ്ടത് ഇതാ ഒരു പ്രവചനം പോലെ സംഭവിച്ചിരിക്കുന്നു! കശുമാവുകൾ ഉണ്ടായിരുന്നേടത്തെല്ലാം റബ്ബറിന്റെ കൃത്രിമക്കാട് തെഴുത്ത് വളർന്ന് നിറഞ്ഞിരിക്കുന്നു. ഇത് ചൂണ്ടിക്കാട്ടി. എൻമകജെയിൽ റബ്ബർകൃഷിയേ ഉണ്ടായിരുന്നില്ലെന്ന് ഈ കൃഷി പണ്ഡിതന്മാർ ഭാവിയിൽ പ്രഖ്യാപിക്കാൻ സാധ്യതയുണ്ട്.

തിരിച്ച് നടക്കുമ്പോൾ മരങ്ങൾക്കിടയിൽ തെളിഞ്ഞ വീട് കണ്ടു നിന്നു. ഉദയ എന്ന അവിനാശിന്റെ വീടാണ്. നടക്കാൻ തുടങ്ങിയപ്പോൾ ശ്രീനിവാസ അഭ്യർത്ഥിച്ചു.

"സാറേ, തൊട്ടടുത്തല്ലേ, ഒന്ന് കയറിയിട്ട് പോകാം."

ആദ്യമേ നിശ്ചയിച്ചതാണ്. വീടുകളിലേക്കുള്ള യാത്രകൾ വേണ്ട എന്ന്. മധുരാജ് തലകുലുക്കി. മധുരാജിനും ഉദയനെ പരിചയമുണ്ട്. പക്ഷെ ശ്രീനിവാസ വീട്ടിലേക്ക് നടക്കാൻ തുടങ്ങിയിരുന്നു. ഞങ്ങൾ പിന്തുടർന്നു.

വരാന്തയിൽ ഉദയന്റെ അമ്മ ബീഡി കെട്ടുന്നു. കുടുംബം പുലരുന്നത് ആ ബീഡിപ്പണി കൊണ്ടാണ് അരികിൽ വീൽച്ചെയറിൽ ഇരിപ്പുണ്ട് ഉദയൻ. ശരീരഭാരം നന്നേ കൂടിയിട്ടുണ്ട്. അമ്മ സങ്കടത്തിന്റെ കെട്ടഴിച്ചു. തുളുവിലാണ്. കേട്ടാൽ മനസ്സിലാകും നാലഞ്ചുമാസമായി പെൻഷൻ

കിട്ടുന്നില്ല. വലിയ ബുദ്ധിമുട്ടാണ്. ചികിത്സയും നടക്കുന്നില്ല. മുമ്പ് മൊബൈൽ ടീം വന്ന് തെറാപ്പിയൊക്കെ ചെയ്ത സമയത്ത് ഉദയൻ പിടിച്ച് നടന്നിരുന്നു. ഇപ്പോൾ എഴുന്നേൽക്കാൻ വയ്യ. ഒരു മൊബൈൽ ടീമും വരുന്നില്ല.

കുറേ നേരം അമ്മയുടെ വാക്കുകൾക്ക് ചെവികൊടുത്ത് ഇരുന്നു. ആശ്വസിപ്പിക്കാൻ ശ്രമിച്ചു.

വീട്ടിൽ നിന്നിറങ്ങി നടക്കുമ്പോൾ ശ്രീനിവാസ ചോദിച്ചു, ഈ വീട്ടിൽ ആദ്യം വന്നത് ഓർമ്മയില്ലേ എന്ന്. ഞാൻ തലകുലുക്കി. ഓർമ്മയുണ്ട്. അങ്ങനെ മറക്കാൻ പറ്റുമോ? കുറേക്കാലം മുമ്പാണ്. ഒരു സന്ധ്യാനേരത്തായിരുന്നു. വരാന്തയിലെ ചിമ്മിണിക്കൂടിന്റെ ഇത്തിരിവെളിച്ചത്തിന് ചുറ്റും ഇരുട്ട് തമ്പടിച്ചിരുന്നു. ആ ഇരുട്ടിൽ ഉദയൻ ഇരിക്കുന്നുണ്ടായിരുന്നു.

വീടിന് മുന്നിലൂടെ വൈദ്യുതി കടന്നുപോകുന്നുണ്ട്. പക്ഷെ വീട് ഇരുട്ടിലാണ്. വയറിംഗിനുള്ള പണമില്ല. മരുന്ന് വാങ്ങാൻ തന്നെ നിർവ്വാഹമില്ലാത്ത അവസ്ഥയാണ്. പെൻഷനും ആരംഭിച്ചിട്ടില്ല. ഞാനന്നേരം ശ്രീനിവാസയോട് പറഞ്ഞു. രണ്ടാഴ്ചയ്ക്കുള്ളിൽ നമുക്ക് ഈ വീട് വെളിച്ചമുള്ളതാക്കണം. ആവശ്യത്തിനുള്ള പണം ഞാൻ നാളെ തന്നെ എത്തിക്കാം. പറഞ്ഞത് പോലെ രണ്ടാഴ്ചക്കുള്ളിൽ വീട്ടിൽ വെളിച്ചമെത്തി.

• ഉദയന്റെ വീട്ടിൽ

മറ്റൊരോർമ്മ കൂടി മനസ്സിൽ തെളിഞ്ഞു. നോവലിന്റെ ആദ്യപതിപ്പിന്റെ റോയൽറ്റി 2010ൽ മുഖ്യമന്ത്രി വി.എസ്സ് അച്യുതാനന്ദൻ എൻമകജെ ഗ്രാമത്തിലെ പെർലെയിൽ നടന്ന ഒരു ചടങ്ങിനിടയിൽ ദുരിതബാധിതരായ അഞ്ച് പേർക്ക് ഭാഗിച്ച് നൽകിയതിൽ ഉദയയും ഉണ്ടായിരുന്നു. യാത്ര ചെയ്യാനാവാത്തതിനാൽ ഉദയയെപ്പോലെ കിട്ടണ്ണഷെട്ടി, ശീലാബതി, ഹർഷിത്, സുരേഷ് എന്നിവരുടെയും രക്ഷിതാക്കളാണ് ഏറ്റ് വാങ്ങിയത്. 201, 04 വർഷങ്ങളിൽ വി.എസ്.കാസർകോട്ട് വന്ന് നടത്തിയ ഇടപെടലുകൾ വളരെ ശ്രദ്ധേയമായിരുന്നു. 2006ൽ മുഖ്യമന്ത്രിയായപ്പോൾ കാസർകോട്ട് വന്ന് പ്രഖ്യാപിച്ച സാമ്പത്തിക സഹായങ്ങൾ വി.എസ്. വിതരണം ചെയ്യുന്ന പന്തലിൽ വെച്ചാണ്, ഒരിക്കലും എഴുതില്ല എന്ന തീരുമാനിച്ച ഈ നോവൽ എഴുതിയേ മതിയാകൂ എന്ന തീരുമാനത്തിൽ ഞാൻ എത്തിച്ചേർന്നത്. വി.എസിന്റെ സുധീരവും കരുണാർദ്രവുമായ ആ ഇടപെടലുണ്ടായിരുന്നില്ലെങ്കിൽ നോവൽ എഴുതപ്പെട്ടുമായിരുന്നില്ല. എൻഡോസൾഫാനെതിരെ മാത്രമല്ല എല്ലാ രാസകീട നാശിനികൾക്കും എതിരായ സമരവഴിയാക്കി നോവലിനെ മാറ്റണമെന്ന് ചിന്തിച്ചതും ആ പന്തലിൽ വെച്ചാണ്.

നോവൽ രചനയ്ക്ക് പ്രേരണ നൽകിയ ആ വലിയ മനുഷ്യൻ തന്നെ ആദ്യ റോയൽറ്റി, അതും നോവലിലെ കഥാപാത്രങ്ങളും വിഷദുരന്തത്തിന്റെ ഇരകളുമായ കുട്ടികൾക്ക് നൽകുന്നു എന്നത് അപൂർവ്വാനുഭവമായി. (നോവലിന്റെ പത്താമത്തെ പ്രത്യേക പതിപ്പ് തിരുവനന്തപുരത്ത് അമ്മമാരുടെ സമരപ്പന്തലിൽ വെച്ച് സുഗതകുമാരിക്ക് നൽകിക്കൊണ്ട് വി.എസ്.ആണ് പ്രകാശിപ്പിച്ചത്.) പിന്നീട് നോവലിന്റെ റോയൽറ്റി ദുരന്ത ബാധിതർക്കുള്ള ഒരു ഭവന പദ്ധതിയുടെ തുടക്കത്തിനും കാരണമായി. കാഞ്ഞങ്ങാട് നെഹ്റു കോളേജിലെ സാഹിത്യവേദിയുടെ നേതൃത്വത്തിൽ ഒമ്പത് വീടുകളാണ് നിർമ്മിച്ചു നൽകിയത്.

നേരത്തെ പറഞ്ഞ അഞ്ച് കുട്ടികളിൽ സുരേഷയുടെ വീട് വാണീ നഗറിലുള്ള മൈരയാണ്. പക്ഷെ ഇതെഴുതിക്കൊണ്ടിരിക്കുമ്പോൾ മൈര എന്നൊരു സ്ഥലം ഇല്ല. ഷേണിയേയുള്ളു. മലയാളത്തിൽ മൈര എന്നത് തെറിയായതിൽ മനോഹരമായ ആ തുളു വാക്കിന് പകരം സംസ്കൃത വാക്കായ ഷേണി അടിച്ചേൽപ്പിക്കപ്പെട്ടു. 'മയിലാടുന്ന ദേശം' എന്നാണ് മൈരയുടെ തുളുവിലുള്ള അർത്ഥം. എൻമകജെയിലെ പൊതുഭാഷ കന്നടയോ മലയാളമോ അല്ല, തുളുവാണ്. എന്നിട്ടും എത്ര അനായാസമായിട്ടാണ്, കാവ് ക്ഷേത്രമാകുന്നത് പോലെ മൈര ഇല്ലാതാകുന്നതും ഷേണി ഉണ്ടാകുന്നതും. അധിനിവേശം ഭാഷയുടെ തലത്തിലും നടക്കുന്നുണ്ട് എന്നർത്ഥം.

ബിരിണ്ടയും നീർദോശയും

റബ്ബർക്കാട് കഴിഞ്ഞതോടെ അക്കേഷ്യക്കാട് തുടങ്ങി. നല്ല ദാഹമുണ്ടായിരുന്നു. വാണിനഗറിലെത്തിയപ്പോൾ പഴകിയ കെട്ടിടങ്ങളിലൊന്നിന്റെ മുന്നിൽ വണ്ടി നിർത്തി. ഒരു കടയിൽ നിന്നും ഓരോ വലിയ ഗ്ലാസ് 'ബിരിണ്ട' വാങ്ങിക്കുടിച്ചു. ഇരുണ്ട ചുവപ്പ് നിറമുള്ള പാനീയം. സാമ്രാജ്യത്വത്തിന്റെ ഉല്പന്നമായ 'മിറിണ്ട'യല്ല. പ്രദേശികമായ, ഔഷധ ഗുണങ്ങളുള്ള ദാഹശമിനിയാണ് ബിരിണ്ട. എൻമകജെയിൽ സുലഭമായ പൂണാർപുളിയുടെ തോൽ ഉണക്കിയെടുത്ത് പൊടിച്ചതിൽ പഞ്ചസാര ചേർത്ത് ഉണ്ടാക്കുന്ന സ്വാദിഷ്ടമായ പാനീയം. നോവലിൽ എൻമകജെ ഗ്രാമത്തിന്റെ പാനീയമായി ബിരിണ്ടയെ വർണ്ണിച്ചിട്ടുണ്ട്. പലഹാരമായി നീർദോശയും. രണ്ടും അധിനിവേശങ്ങൾ ക്കെതിരായ പ്രാദേശിക പ്രതിരോധ പ്രതീകങ്ങളാണ്.

ബിരിണ്ടയുടെ ഓരോ ലിറ്റർ കാനുകളും ഞങ്ങൾ വാങ്ങിച്ചു. ആവശ്യത്തിന് വെള്ളം ചേർത്ത് നേർപ്പിച്ച് പഞ്ചസാരയും ചേർത്താൽ അതിഥികൾക്ക് കൊടുക്കാൻ ഉത്തമം.

കാറ് വീണ്ടും മുന്നോട്ട് നീങ്ങി.

റബ്ബർക്കാടുകളും അക്കേഷ്യക്കാടുകളും ക്വാറികളും നിറയുമ്പോൾ എൻമകജെയുടെ ഉർവ്വരവും സമൃദ്ധമായിരുന്ന ജൈവ പ്രകൃതി വറ്റി വരളുകയാണ്. പ്രകൃതിയുടെ ഭാഗമായി ജീവിച്ചുവന്ന ആദിവാസികളായ കൊറഗരുടേയും മൊഗേരുടെയും പണിയരുടെയും മാവിലരുടേയും കോളനികൾക്ക് പക്ഷെ മാറ്റങ്ങൾ ഒന്നുമില്ല. പണ്ട് കണ്ടത് പോലെ പ്രാഥമിക സൗകര്യങ്ങൾ പോലുമില്ലാതെ അവിടങ്ങളിൽ ജീവിതം തുടരുന്നു.

നാലഞ്ച് മാസം മുമ്പ് എൻമകജെ ഗ്രാമത്തിലെ കജംപാടി മൊഗയ കോളനിയിലേക്ക് പോകാനിടവന്നപ്പോൾ കണ്ട കാഴ്ച ഞെട്ടിക്കുന്ന തായിരുന്നു. രാത്രി ഉറങ്ങാൻ കിടന്ന രണ്ട് വയസ്സുള്ള കുട്ടി പാമ്പു കടിയേറ്റ് മരിച്ച വാർത്തയറിഞ്ഞിട്ട് പോയതാണ്. വീട് എന്നുപോലും വിളിക്കാൻ നിർവഹമില്ലാത്ത 57 നിർമ്മിതികൾ മുട്ടി മുട്ടി കിടക്കുന്നു. മിക്ക വീടുകളിലും വെളിച്ചമെത്തിയിട്ടില്ല.

കാന്തപ്പയുടെ കുസുമത്തിന്റെയും മകനാണ് മരിച്ചത്. ചുവരില്ലാത്ത ആ വീട്ടിലേക്ക് പാമ്പിനെന്നല്ല ഏത് ജീവിക്കും യഥേഷ്ടം കയറിവരാം. ഒരു കട്ടിൽ പോലും ആ കുടിലിലില്ല. സ്വാതന്ത്ര്യം ലഭിച്ചിട്ട് മുക്കാൽ നൂറ്റാണ്ടായതൊന്നും അവരറിഞ്ഞിട്ടില്ല. പക്ഷെ ഒരു മൂവർണക്കൊടി കുട്ടി നിലത്ത് അവസാനമായി ഉറങ്ങാൻ കിടന്നതിന്റെ നേരെ മുകളിൽ തൂങ്ങിക്കിടക്കുന്നത് കാണാമായിരുന്നു. രണ്ട് ദിവസം മുമ്പ് കുട്ടികൾ സ്വാതന്ത്ര്യദിനം ആഘോഷിച്ചതിന്റെ അടയാളം.

കോളനിയുടെ തൊട്ടടുത്ത് ലക്ഷങ്ങൾ വിലപിടിപ്പുള്ള ഒരു ഹൈമാസ്സ് വിളക്ക് സ്ഥാപിച്ചിട്ടുണ്ട്. അവിടെ കൂടി നിന്ന ചെറുപ്പക്കാർ നിരാശയോടെ പറഞ്ഞു. മൂന്നു വർഷം മുമ്പ് എം.എൽ.എ.ഫണ്ടിൽ നിന്നും സ്ഥാപിച്ചതാണ്. പക്ഷെ, ഉദ്ഘാടന ദിവസമെന്നല്ല പിന്നീട് ഒരു ദിവസം പോലും ആ വിളക്ക് കത്തിയിട്ടില്ലത്രെ! ഇതാണ് കാസർ കോട്ടെ പുറമ്പോക്കിലായ മനുഷ്യരുടെ ദുരവസ്ഥ.

കഴിഞ്ഞില്ല. കുറച്ചപ്പുറത്ത് പ്രാഥമിക ആരോഗ്യ കേന്ദ്രത്തിന്റെ കെട്ടിടം കാട് മൂടികിടക്കുകയാണ്. പത്ത് വർഷം മുമ്പ് നിർമ്മിച്ച ആ കെട്ടിടം ഒരു ദിവസം പോലും തുറന്നു പ്രവർത്തിച്ചിട്ടില്ല. അത് തുറന്നു പ്രവർത്തിച്ചിരുന്നെങ്കിൽ ഈ കുഞ്ഞിന്റെ ജീവനെങ്കിലും രക്ഷപ്പെട്ടേനെ. വേറെയും കുറേ മനുഷ്യരുടെ ജീവിതങ്ങൾക്ക് ആശ്രയമായേനെ...

മണ്ണിന്റെ യഥാർത്ഥ ഉടമകളായ ആദിമനിവാസികളുടെ ഗ്രാഫ് താഴോട്ട് തന്നെ.

ഞങ്ങൾ സ്വർഗയിൽ തിരിച്ചെത്തി. ക്ലിനിക്കിനരികിലുള്ള ചായക്കട യിൽ കയറി. നല്ല വിശപ്പുണ്ടായിരുന്നു. സ്വർഗയിൽ വന്നാൽ നീർദോശ തിന്നാതെ തിരിച്ചുപോവാറില്ല. നോവലിൽ നീർദോശ പലതവണ കടന്നു വരുന്നുണ്ട്. എൻമകജയുടെ ദേശീയ പലഹാരം ഇങ്ങനെയാണ് വർണിക്കപ്പെട്ടിട്ടുള്ളത്.

“പാല്പാട പോലെ നേർത്ത, കടലാസ് പോലെ വെളുത്ത ദോശ. വൃത്താകൃതിയല്ല. ഏതാണ്ട് അമീബയുടെ സ്വരൂപം.”

• നീർദോശ തയ്യാറാക്കുന്നു

മധുരാജ് അനുവാദം ചോദിച്ച് അടുക്കളയിലേക്ക് കയറി. ദോശ ഉണ്ടാക്കുന്ന വിധം കുറച്ച് നേരം കണ്ടു നിന്നു. ചിത്രങ്ങൾ പകർത്തി. വേണ്ടുവോളം നീർദോശയും ചായയും കഴിച്ച് ഞങ്ങൾ പുറത്തിറങ്ങി. ഇനി മടക്കം.

കുന്നുകൾ ചുറ്റിക്കയറുമ്പോൾ ഞാൻ താഴോട്ട് നോക്കി. അതെ, നോവലിൽ പറഞ്ഞ വിധം കുന്നുകളുടെ ഗ്രാമമാണ് എൻമകജെ. വഴിയരികിലായിരുന്നു എൻമകജെ ഗ്രാമത്തിലെ ബഡ്സ് സ്കൂൾ. നൂറോളം ഭിന്നശേഷിക്കാരായ ദുരിതബാധിതരുടെ പഠനകേന്ദ്രം. 2011 ൽ ആരംഭിച്ചത്. ഒറ്റ മുറിയുള്ള ഒരു കുഞ്ഞ് കെട്ടിടം. ആസ്ബറ്റോസ് ഷീറ്റുകൾ മേഞ്ഞത്. ആരോഗ്യമുള്ള കുഞ്ഞുങ്ങളെപ്പോലും ഒരിക്കലും ഇരുത്താൻ പാടില്ലാത്ത സ്ഥലം. അധികാരികളുടെ ശ്രദ്ധയിൽ പല തവണപെടുത്തിയതാണ്. അഞ്ചാറു കൊല്ലം മുമ്പ് നബാർഡ് പദ്ധതിയിൽ സൗകര്യങ്ങളോട് കൂടിയ പുതിയ ബഡ്സ് സ്കൂൾ സ്ഥാപിക്കാൻ ഒന്നരക്കോടി രൂപ പസ്സായതാണ്. പക്ഷെ ഉദ്യോഗസ്ഥരുടെ

കെടുകാര്യസ്ഥത കൊണ്ട് ലാപ്സായി. മന്ത്രി മന്ദിരങ്ങളോ പാർട്ടി ആസ്ഥാനങ്ങളോ ആയിരുന്നെങ്കിൽ ഇങ്ങനെ സംഭവിക്കുമായിരുന്നോ? ചത്തതിനൊപ്പം ജീവിച്ചിരിക്കുന്ന ഈ പാവം കുഞ്ഞുങ്ങളുടെ കാര്യത്തിൽ ഭരണകൂടങ്ങൾക്കോ രാഷ്ട്രീയ പാർട്ടികൾക്കോ ആത്മാർത്ഥമായ താല്പര്യം ഒരിക്കലും ഉണ്ടായിട്ടില്ല.

അകത്ത് കയറി കുഞ്ഞുങ്ങളെ കണ്ടു. ടീച്ചർമാരോട് വിശേഷങ്ങൾ ചോദിച്ചു.

പ്രശ്നങ്ങളെല്ലാം പഴയത് പോലെ അവശേഷിക്കുന്നു. രണ്ട് വണ്ടികളിൽ ഒന്ന് കട്ടപ്പുറത്താണ്. ദൂരെ നിന്നുള്ള കുഞ്ഞുങ്ങളെ കൂട്ടിക്കൊണ്ടു വരാനാകുന്നില്ല. ആസ്ബറ്റോസിന്റെ ചൂട് അസഹ്യമാണ്...

2015ൽ, ജില്ലയിലെ ബഡ്സ് സ്കൂളുകൾ സന്ദർശിച്ച് മാതൃഭൂമി ആഴ്ചപ്പതിപ്പിൽ 'നിങ്ങളവരുടെ നിറഞ്ഞ കണ്ണുകൾ ചൂഴ്ന്നെടുക്കുന്നോ' എന്ന പേരിൽ ഒരു ലേഖനം ഞാനെഴുതിയിരുന്നു. അധികാരികളുടെ കണ്ണ് തുറക്കും എന്നാണ് ഞാൻ പ്രതീക്ഷിച്ചത്. ഒന്നുമുണ്ടായില്ല. ആ

ലേഖനം ഞാൻ അവസാനിപ്പിച്ചത് അന്ന് ഈ സ്കൂളിലെ ചുമരിലെ പോസ്റ്ററുകളിലൊന്നിൽ കണ്ട കവിതയോട് കൂടിയാണ്:

"കണ്ണെനിക്ക് കാണുവാൻ
ചെവിയെനിക്ക് കേൾക്കുവാൻ
മൂക്കെനിക്ക് മണക്കുവാൻ
നാക്കെനിക്ക് രുണയുവാൻ
കയ്യെനിക്ക് കഴിക്കുവാൻ
കാലെനിക്ക് നടക്കുവാൻ''.

സങ്കടത്തോടെ കണ്ടു. പകുതിയോളം കുട്ടികൾക്കും നടക്കാനാവുന്നില്ല. കാഴ്ചയില്ലാ ത്തവരും മണമില്ലാത്തവരും രുണയാനാവാത്തവരും കഴിക്കാനാവാത്തവരും കൂട്ടത്തിലുണ്ടായിരുന്നു.

ഇവിടെ നിന്ന് അധികം ദൂരമില്ല 'നവജീവന'യിലേക്ക്. വിഷദുരന്തത്തിനിരയായ കുഞ്ഞുങ്ങൾക്കുള്ള പകൽ വീട്. മൂന്ന് വർഷം മുമ്പ് ഫാ.ജോസ് ചെമ്പുകെട്ടിക്കലച്ചന്റെ നേതൃത്വത്തിൽ തുടങ്ങിയ 'നവജീവന'യിൽ ഇപ്പോൾ അറുപതിലധികം കുഞ്ഞുങ്ങൾ ആശ്വാസം തേടുന്നുണ്ട്. ഈ കുഞ്ഞുങ്ങളെക്കുറിച്ചും ഇവരുടെ അമ്മമാരെക്കുറിച്ചും 'എൻമകജെയിലെ പോരാളികൾ' എന്ന പേരിൽ ഈയിടെ ഒരു പുസ്തകം ഇറങ്ങുകയുണ്ടായി. ഫാദർ വിപിൻ ബേബി വയലിലും സിസ്റ്റർ മരീന മാത്യുവും ചേർന്നെഴുതിയ ഈ പുസ്തകത്തിന്റെ വായന എനിക്ക് ഹൃദയഭേദകമായിരുന്നു. ഫീസൊന്നും വാങ്ങാതെ ഭക്ഷണവും വസ്ത്രങ്ങളും ചികിത്സയുമൊക്കെ നൽകുന്ന സ്ഥാപനമാണിത്.

പെർല ടൗൺ കഴിഞ്ഞ് കുറച്ചു ദൂരം കൂടി മുന്നോട്ട് പോയപ്പോൾ ഉക്കിനടുക്കയായി. മുന്നിൽ മെഡിക്കൽ കോളേജിലേക്കുള്ള രാജകീയ പാത. തെറ്റിദ്ധരിക്കണ്ട. ബോർഡേ ഉള്ളൂ. തുറന്നിട്ടില്ല.

2013-ൽ അന്നത്തെ മുഖ്യമന്ത്രി ഉമ്മൻ ചാണ്ടി തറക്കല്ലിട്ടതാണ്. 2015ൽ 300 കിടക്കകളോടെ ആശുപത്രി പ്രവർത്തിച്ചു തുടങ്ങും എന്ന് ആയിരങ്ങളുടെ ഹർഷാരവങ്ങൾക്കിടയിൽ പ്രഖ്യാപിച്ചതാണ്. ഒന്നും സംഭവിച്ചില്ല. അദ്ദേഹം സ്ഥാനമൊഴിയുമ്പോഴും തറക്കല്ല് വെയിലും മഴയും കൊണ്ട് കിടന്നു. പിന്നെ അഞ്ചുകൊല്ലം പിണറായി സർക്കാർ. അക്കാദമിക് ബ്ലോക്ക് ഉയർന്നെങ്കിലും ആശുപത്രിക്കെട്ടിടം ഉയർന്നില്ല.

ഈ മെഡിക്കൽ കോളേജ് യാഥാർത്ഥ്യമായിരുന്നെങ്കിൽ ഒരുപാട് കുഞ്ഞുങ്ങൾക്കും അമ്മമാർക്കും ആശ്വാസമായേനെ. നവജിത്ത് തൊട്ട് ബാദുഷവരെയുള്ള സമീപകാലത്ത് മരണപ്പെട്ട തലവലുതായ കുഞ്ഞുങ്ങൾ ജീവിച്ചിരുന്നേനെ. ഇതിനൊപ്പം തറക്കല്ലിട്ട മൂന്ന് മെഡിക്കൽ

പെർഡ്രയിലെ ബസ് സ്റ്റോപ്പ്

കോളേജുകൾ എന്നേ പ്രവർത്തിച്ചു തുടങ്ങി. എന്തേ കാസർകോട്ട് മാത്രം ഒന്നും സംഭവിക്കുന്നില്ല? ഏറ്റവും ഗുരുതരമായ ആരോഗ്യ പ്രശ്നങ്ങൾ ഉള്ള കാസർകോട്ട്, കേരളത്തിൽ 32 മെഡിക്കൽ കോളേജുകൾ ഉണ്ടായിട്ടും, എന്തുകൊണ്ട് മെഡിക്കൽ കോളേജ് പ്രവർത്തിച്ചു തുടങ്ങുന്നില്ല? രാഷ്ട്രീയപാർട്ടി നേതാക്കൾ ഉത്തരം പറയാൻ ബാധ്യസ്ഥരാണ്.

കേരളത്തിനനുവദിക്കാൻ പോകുന്ന എയിംസ് ഏറ്റവും അർഹിക്കുന്നത് കാസർകോട്ടാണ്. ഇവിടെ വലിയ ജനകീയ മുന്നേറ്റം എയിംസിന് വേണ്ടി നടക്കുന്നുണ്ട്. പക്ഷെ രാഷ്ട്രീയപാർട്ടികൾ മൗനം അവലംബിക്കുന്നു. ഇതിന്റെ രഹസ്യം എന്താണ്.

ഒരു ന്യൂറോളജിസ്റ്റിനെയെങ്കിലും കാസർകോട് നിയമിക്കു എന്ന് മുറവിളി ഉയരാൻ തുടങ്ങിയിട്ട് ഒരു ദശകക്കാലമായി. അതും സംഭവിച്ചിട്ടില്ല. അരജീവിതങ്ങളായ ഈ കുഞ്ഞുങ്ങളെല്ലാം ചത്തു തീരട്ടെ എന്ന് ആരെങ്കിലും നിഗൂഢമായി ആഗ്രഹിക്കുകയാണോ? ഈ വിഷയങ്ങൾ പല തവണ ആനുകാലികങ്ങളിൽ എഴുതിയതാണ്. എഴുതിയെഴുതി മടുത്തു.

എൻമകജെ പഞ്ചായത്തിലേക്ക് വന്നതിനുള്ള നന്ദി പ്രകാശിപ്പിക്കുന്ന പച്ച ബോർഡ് വഴിയരികിൽ പ്രത്യക്ഷപ്പെട്ടു. സന്ധ്യയിലെ തണുത്തകാറ്റ് വീശുന്നുണ്ടെങ്കിലും ഒട്ടും ആശ്വാസം തോന്നുന്നില്ല. മുറിവേറ്റത് പോലെ മനസ്സ് നീറുന്നുണ്ട്, ചോര കിനിയുന്നുണ്ട്...

അതെ, എൻമകജെയിൽ നിന്നുള്ള ഓരോ മടക്കവും വേദനാജനകമാണ്.

●

അനുബന്ധം

തഥാഗതന്റെ വഴിയിൽ

മധുരാജ്

തെങ്ങും കവുങ്ങും ഫലവൃക്ഷങ്ങളും തിങ്ങിനിറഞ്ഞ സമൃദ്ധിയുള്ള മണ്ണിൽ പിൽക്കാലത്ത് വന്ന മാറ്റങ്ങളാണ് നാട്ടുകാരെ ആദ്യം ആശങ്കയിൽ ആഴ്ത്തിയത്. പ്രകൃതിയിലും മനുഷ്യരിലും അത് കാണാമായിരുന്നു. അംഗവൈകല്യങ്ങളോടെ നാൽക്കാലികൾ ജനിക്കുന്നു... മനുഷ്യക്കുഞ്ഞുങ്ങളും. ദൈവകോപമായി അവർ അതിനെ ഭയന്നു. ശലഭങ്ങളും തേനീച്ചകളും പക്ഷികളും അപ്രത്യക്ഷമായപ്പോൾ കൃഷിയും തളർന്നു. ജനങ്ങളിൽ പതുക്കെ വളർന്ന ആധി ഒരു പ്രക്ഷോഭത്തിലേക്ക് ചിറകുവിരിക്കുന്ന കാലത്താണ് ഞങ്ങൾ ആദ്യം ഉത്തരകേരളത്തിലെ കാസർഗോഡ് ജില്ലയിലുള്ള ആ ഉൾനാടൻ ഗ്രാമങ്ങളിൽ എത്തിച്ചേർന്നത് .

ഇരുപത് വർഷം മുമ്പ് ഒരു മാർച്ച് മാസത്തിലായിരുന്നു അത്. മാതൃഭൂമിക്കു വേണ്ടി ഒരു പരമ്പര ചെയ്യുവാൻ റിപ്പോർട്ടർ എസ്.ഡി.വേണുഗോപാലിനോടൊപ്പം.എൻമകജെ, സ്വർഗ്ഗ, വാണിനഗർ തുടങ്ങിയ ചില സ്ഥലങ്ങളിലൂടെയായിരുന്നു ആ യാത്ര. രണ്ട് പതിറ്റാണ്ട് കാലം ആകാശത്തിലൂടെ തളിച്ച ഒരു കീടനാശിനിയുടെ അനന്തരഫലങ്ങളായിരുന്നു പഠനവിഷയം. ജില്ലയിലെ പതിമൂന്നു ഗ്രാമ പഞ്ചായത്തുകളിലായി അഞ്ചായിരം ഹെക്ടറിൽ വളരുന്ന കശുമാവിൻ തോട്ടങ്ങൾ.അതിന്റെ ഓരങ്ങളിൽ തലമുറകളായി താമസിക്കുന്ന മനുഷ്യർ. കീടങ്ങളെ നശിപ്പിച്ച് നല്ല വിളവെടുപ്പിനായിരുന്നു രണ്ടു പതിറ്റാണ്ടുകാലം കീടനാശിനി

തളിച്ചത്... നാലു ദിവസത്തെ ആ യാത്രയിൽ കണ്ട കാഴ്ച്ചകൾ ഞെട്ടിപ്പിക്കുന്നതായിരുന്നു. പിൽക്കാലത്ത് എത്രയോ യാത്രകൾ.ആ മണ്ണും മനുഷ്യരും ഒരു ആധി പോലെ പിൻതുടർന്ന രണ്ട് പതിറ്റാണ്ടുകൾ. തിരിഞ്ഞു നോക്കുമ്പോൾ സംതൃപ്തി നൽകുന്ന കുറച്ചു കാര്യങ്ങൾ. മുന്നിൽ, അതിലേറെ വേദനിപ്പിക്കുന്ന കുറെ യാഥാർത്ഥ്യങ്ങൾ. എൻഡോസൾഫാന്റെ ആഗോള നിരോധനമാണ് അതിൽ മുന്നിൽ നിൽക്കുന്നത്. ജനങ്ങളും മാധ്യമങ്ങളും കൈകോർത്ത് പോരാടി നേടിയ ജയം. പക്ഷെ അതിൽ തീരുന്നതായിരുന്നില്ല കാസർകോട് ഉള്ള യാഥാർത്ഥ്യങ്ങൾ. വെറും പുഴക്കളെ പോലെ ജീവിക്കാൻ വിധിക്കപ്പെട്ട മനുഷ്യരുടെ ജീവിതമാണ് ഉത്തരമില്ലാ ചോദ്യമായി മുന്നിൽ. ആ യാഥാർത്ഥ്യങ്ങളെ ഏറ്റെടുക്കുന്ന സമരങ്ങളുടെ തുടർച്ചയും പിന്നീട് ഉണ്ടായി. അതിന്റെ മുൻനിരയിലെ കുറെ മുഖങ്ങൾ.. അതിൽ എടുത്തു പറയേണ്ട ഒരു പേരാണ് ഡോ.അംബികാസുതൻ മാങ്ങാടിന്റേത്. ഫോട്ടോ ജേർണലിസ്റ്റ് എന്ന നിലയിലുള്ള എന്റെ യാത്രയിൽ അറിഞ്ഞും അറിയാതെയുമുള്ള ഒരു സൗമ്യ സാന്നിദ്ധ്യം. എനിക്ക് ഇഷ്ടപ്പെട്ട ഒരു പിടി കഥകൾ അടങ്ങിയ 'സാധാരണ വേഷങ്ങൾ' എന്ന പുസ്തകത്തിന്റെ രചയിതാവ് എന്ന നിലയിലാണ് ഞാൻ സമരമുഖങ്ങളിൽ ആ സാന്നിദ്ധ്യം ആദ്യം ശ്രദ്ധിക്കുന്നത്. കാസർകോടേക്കുള്ള പിന്നീടുള്ള യാത്രകളിൽ ആ സൗഹൃദം ഊഷ്മളമായ ഒരു ബന്ധമായി വളർന്നു. ഈ വിഷയത്തിൽ ഞാൻ പിൽക്കാലത്ത് ഫോട്ടോ എടുപ്പിനൊപ്പം ധാരാളം എഴുതാനും നിർബന്ധിതനായിട്ടുണ്ട്. എന്നാൽ എന്റെ ആദ്യ കുറിപ്പ് ഉണ്ടാകുന്നത് (2003) മാഷുടെ പ്രേരണയെ തുടർന്നാണെന്ന് ഞാൻ ഇപ്പോൾ കൃതജ്ഞതയോടെ ഓർക്കുന്നു. 'മുട്ടറ്റമേയുള്ളൂ ഭൂതകാലക്കുളിര്' എന്ന കാഞ്ഞങ്ങാട് നെഹറു കോളേജ് മാഗസിനു വേണ്ടിയായിരുന്നു അത്.നാഗരികതയുടെ പടർച്ചയിൽ മണ്ണും മനുഷ്യനും തമ്മിലുള്ള നാഭീനാളബന്ധം മുറിയുന്നതിന്റെ വേദനയായിരുന്നു ആ കഥകളിൽ. പിൽക്കാലത്ത് എൻമകജെ എന്ന നോവലിൽ അത് വലിയ ക്യാൻവാസിലേക്ക് വളർന്നു. ബുദ്ധസമാനമായ അലിവോടെ വേദനിക്കുന്ന അമ്മമാർക്കിടയിൽ ആശ്വാസത്തിന്റെ തണൽ മരമായി നിൽക്കുന്ന ആ ഏകാകിയെ ഞാൻ എത്ര തവണ കണ്ടു... കാസർകോടിന്റെ വേദന നിറഞ്ഞ ആ വഴികളിലൂടെ ഒരു പതിറ്റാണ്ടിലേറെ കാലം നടന്ന് വിണ്ടു കീറിയ പാദങ്ങളും തപിക്കുന്ന മനസ്സും. അതിന്റെ നീറ്റലിൽ നിന്നാണ് ഈ നോവൽ ഉറവപൊട്ടുന്നത്.

ലോകത്തിലെ മനോഹര ദേശങ്ങളിൽ ഒന്നാണ് കാസർകോട്.മഞ്ഞപ്പുല്ല് വിരിച്ച് സ്വർണ്ണം പോലെ തിളങ്ങുന്ന കുന്നുകളും പാറക്കുളങ്ങളും.

അവയിൽ ജലം തേടി പറക്കുന്ന നീർപ്പക്ഷികൾ. കുന്നിൻ ചെരുവിൽ തഴച്ചുവളരുന്ന തരുനിരകളോടൊപ്പം നൂറ്റാണ്ടുകൾ മുമ്പേ കുടി പാർത്ത മനുഷ്യർ. സപ്തഭാഷയുടെ സംഗമ ഭൂമി.വൈവിധ്യമാർന്ന സംസ്കാരവും ജീവിത രീതികളും കൊണ്ട് ലോകത്തിന് വിസ്മയമായ ദേശം. എന്നും വളരെ ഇഷ്ടത്തോടെ യാത്ര പോകുന്ന ഈ ദേശം വിട്ടുവരുമ്പോൾ പക്ഷെ പിൻതുടരുക എന്തെന്നില്ലാത്ത വേദനയാണ്.എൻമകജെ നോവൽ ഭൂമികയിലൂടെ എഴുത്തുകാരനോടൊപ്പം നടത്തിയ യാത്രയും അങ്ങിനെ തന്നെ. എത്ര പോയാലും ഇടപഴകിയാലും സ്നേഹം കൊണ്ടും വല്ലാത്തൊരു മാന്ത്രികത കൊണ്ടും ആകർഷിച്ച ഇടം. ഒരിക്കലും ഇനി ഇല്ല എന്ന് തീരുമാനിച്ചാലും വീണ്ടും വീണ്ടും ഞാൻ ഇവിടേക്ക് തന്നെ എത്തിച്ചേരുന്നു. ജീവിതത്തിലുടനീളം അനുകമ്പ മാത്രം തേടി വേദന തിന്ന് ജീവിച്ചവർ..ജീവിച്ച് കൊതി തീരാതെ മരിച്ച കുഞ്ഞുങ്ങൾ.. അവരുടെ ഓർമ്മകളും പിൻവിളികളുമാകാം വീണ്ടും വീണ്ടും എന്നെ ഈ മണ്ണിലേക്ക് എത്തിക്കുന്നത്.ഇവർക്കു വേണ്ടിയായിരുന്നല്ലോ നോവലിലെ നീലകണ്ഠനും ദേവയാനിയും ഇവിടെ ജീവിച്ചത്. നോവൽ ഭൂമികയിലൂടെ ഉള്ള യാത്രയിൽ മരണപ്പെട്ട ശീലാബതിയുടെ വീട്ടിനു മുന്നിലെ ആ സായാഹ്നം ഇന്നും ഓർമ്മയിലുണ്ട്. മരങ്ങൾക്കിടയിലൂടെ പാളി വീഴുന്ന പോക്കുവെയിൽ. തൊടിയിൽ ശീലാബതിയുടെ ഓർമ്മ യായി വളരുന്ന മരത്തൈയുടെ മുന്നിൽ പലതും ഓർത്തു നിൽക്കയാണ് അത് നട്ട നോവലിസ്റ്റ് അംബികാസുതൻ മാങ്ങാട്. മരങ്ങളിൽ നിന്ന് ഒരു ചെറു കാറ്റ് എങ്ങുനിന്നോ താഴേക്ക് ഇറങ്ങി വന്നു. കാറ്റിന്റെ ആലിംഗനത്തിൽ തൈച്ചെടി ചെറുതായൊന്ന് ഉലഞ്ഞു. വിറക്കുന്ന തളിരിലകൾ നീട്ടി ശീലാബതി മെല്ലെ എഴുത്തുകാരന്റെ വിരലുകളിൽ തൊട്ടു. മനുഷ്യനും പ്രകൃതിയും പരസ്പരം അറിയുന്ന അലിവിന്റെ ഒരു മഹാ നിമിഷം... കനിവിന്റെ, സ്നേഹത്തിന്റെ ആ മൗനമാത്രയ്ക്ക് സാക്ഷി യാവുകയായിരുന്നു ഞാൻ.

www.ingramcontent.com/pod-product-compliance
Ingram Content Group UK Ltd.
Pitfield, Milton Keynes, MK11 3LW, UK
UKHW041827031026
15587UKWH00002B/625

9 789355 170354